लीडर
अ‍ॅज ए
कोच

प्रशिक्षकाच्या भूमिकेतून नेतृत्व

तुमच्या टीमलाच करू द्या त्यांच्या कामगिरीचे नेतृत्व

जी. एस. ग्रेवाल

अनुवाद : मीना शेटे-संभू

सकाळ प्रकाशन

सकाळ प्रकाशन

Leader as a Coach

© 2024, G. S. GREWAL

First published by Sakal Media Pvt Ltd., India, 2024

लीडर ॲज ए कोच

२०२५, जी. एस. ग्रेवाल

प्रथम आवृत्ती	:	जून, २०२५
प्रकाशक	:	सकाळ मीडिया प्रा. लि. ५९५, बुधवार पेठ, पुणे ४११ ००२
संपादन	:	अंजली इंगवले
मुखपृष्ठ	:	सकाळ प्रकाशन
मांडणी	:	MAP Systems, Bengaluru
मुद्रणस्थळ	:	विकास प्रिंटिंग ॲण्ड कॅरिअर्स प्रा. लि. प्लॉट नं. ३२, एमआयडीसी, सातपूर, नाशिक
ISBN	:	978-93-49487-79-6
संपर्क	:	९८८१५ ९८८१५ / ८८८८८ ४९०५० sakalprakashan@esakal.com

माझ्या आई-वडिलांना अर्पण,

आज मी जो कोणी आहे, तो त्यांच्यामुळेच;

त्यांनीच माझी जडणघडण केली.

प्रस्तावना

अधिक वाढ आणि विस्तार करून संस्था वा व्यवसाय अधिक मोठा होणं, हा कोणत्याही संस्थेचा हेतू असतो. त्याबरोबरच तिच्या विश्वासांना पाठबळ देणाऱ्या संस्कृतीची निर्मिती करून वास्तव जगातील समस्या सोडवण्याचा हेतूही ती संस्था बाळगते. मूल्यांभोवती आणि हेतूंभोवती एखाद्या संस्थेची उभारणी केल्यामुळे आपण आपल्या मार्गदर्शक तत्त्वांना चिकटून राहतो आणि त्यामुळे सहजपणे आपल्या उद्दिष्टांच्या दिशेने वाटचाल करू लागतो.

श्रेणीचा किंवा पदाचा विचार न करता सर्वांकडूनच उत्तम कल्पना मिळवणाऱ्या संस्कृतीची निर्मिती करण्यासाठी आणि तिच्यात सहभागी होण्यासाठी जी. एस. ग्रेवाल यांनी या पुस्तकात काही अत्यंत प्रभावी साधनांची अतिशय परिणामकारकपणे माहिती दिली आहे. ही गोष्ट सहभाग, आदर आणि उत्साह यांच्यांशी संबंधित आहे.

टीमची सर्वसमावेशकता हीच तिची खरी ताकद असते. आजच्या विस्कळीत जगात कंपनीसमोर येणाऱ्या सगळ्या आव्हानांवर मात करून तिला सुरळीतपणे पुढे नेण्यासाठी हा सर्वसमावेशकतेचा गुणधर्मच उपयुक्त ठरतो.

साधारणत: १९९६ ते २०१० या कालखंडात जन्मलेल्या पिढीला 'झेड पिढी' किंवा 'जनरेशन झेड' असं म्हटलं जातं. आजच्या नेतृत्वाला या तरुणांना प्रोत्साहन द्यावं लागेल. त्याबरोबरच त्यांना बाजाराच्या बदलत्या गतिशीलतेला तोंड द्यावं लागेल. शिवाय नवीन ग्राहकांच्या गरजा आणि त्यांच्या संदर्भातील समग्र माहिती लक्षात घेऊन काम करावं लागेल. हे सगळे करण्यासाठी या नेत्यांकडे काही महत्त्वाचे गुणधर्म असण्याची गरज आहे. नेत्याच्या मनात संस्थेच्या विचारप्रक्रियेविषयी आदर असला पाहिजे आणि त्या विचारप्रक्रियेसह त्याने आगामी कामकाज

पार पाडलं पाहिजे. सर्वांचा सहभाग घेऊन काम करण्याची म्हणजेच सहभागी वातावरणाची कशी निर्मिती करावी याची त्याला जाण असली पाहिजे.

कंपनीतील सर्वच प्रकारच्या आणि स्तरांच्या कर्मचाऱ्यांकडून नेहमीच उत्तमोत्तम कल्पना येतात. म्हणूनच कंपनीच्या कानाकोपऱ्यातून उत्तम कल्पना समोर येतात, असं म्हटलं जातं. खऱ्या अर्थाने कंपनीत उच्च-नीच श्रेणी किंवा श्रेणीबद्ध उतरंड अगर पदक्रम असं काहीच नसतं. म्हणून नेत्याने आणि संस्थेने सहभागी वातावरणाची निर्मिती केलीच पाहिजे. त्याच्यातून सगळ्यांनाच काही ना काही शिकायला मिळतं. म्हणून जिंकण्याच्या व्यूहरचना आखायच्या असतील तर कंपनीतील प्रत्येकानंच कंपनीच्या कामकाजात सहभागी व्हावं अशा वातावरणाची निर्मिती करणारा नेता (लीडर)च असावा लागतो.

या पुस्तकाचा फायदा व्हावा यासाठी जी. एस. ग्रेवाल वाचकांशी उत्तम उदाहरणं देऊन विलक्षण, सुंदर पद्धतीने हितगूज करतात.

जी. एस. ग्रेवाल यांनी प्रस्तावना लिहिण्यास सांगितलं. मी त्यासाठी या पुस्तकाचं वाचन सुरू केलं आणि या पुस्तकाने माझ्या मनाची इतकी पकड घेतली की, मी ते एकाच बैठकीत संपूर्ण वाचूनच खाली ठेवलं. त्याच्यातील माहिती समजून घेणं सोपं आहे. त्यांचं लेखन समृद्ध असूनही त्यात साधेपणा असल्याचं माझ्या लक्षात आलं. त्यामुळे वाचक म्हणून मला आनंद झाला.

आता मी हे पुस्तक वाचलं आहे. म्हणूनच मला असं सांगावंसं वाटतं की, प्रत्येक कंपनीला आणि कर्मचाऱ्याला या पुस्तकाचा लाभ होईल. मग एखादा कर्मचारी कोणत्याही पदावर असो किंवा कुठल्याही विभागातील असो! अगदी एखादा उद्योजक असला तरी त्यालाही या पुस्तकाचा नक्कीच फायदा होईल.

आपल्या शाळांमध्ये आणि महाविद्यालयांमध्ये अनेक गोष्टी शिकवल्या जातात. परंतु स्वतःपेक्षाही इतरांसाठी अधिक मोठ्या गोष्टी करणाऱ्या संस्थेची बांधणी कशी करावी, ही महत्त्वाची गोष्ट शिकवली जात नाही. समाजहितासाठी काम करणाऱ्या संस्थेची उभारणी कशी करावी ते शिकवलं जात नाही. समाजहितासाठी आणि राष्ट्रहितासाठी संस्था उभारायची असेल तर त्यासाठी मूल्यं आणि उचित संभाषणं यांची गुंफण असलेल्या संस्कृतीची उभारणी करावी लागते. अशी संस्कृतीच व्यक्तींना आणि कंपन्यांना त्यांच्या समोरच्या आव्हानांवर मात करण्यास मदत करते. अशी संस्कृती असेल तर व्यक्ती किंवा कंपन्या यशोगाथांचे विषय होऊ शकतात.

तुम्ही सर्वांनीच हे पुस्तक अवश्य वाचावं आणि त्याच्यातून मिळणारे धडेही जरूर आत्मसात करावेत. तुम्ही हे प्रामाणिकपणे आणि विचारपूर्वक केलं तर त्यामुळे तुम्हाला चांगला लाभ मिळेलच, पण त्याहूनही महत्त्वाची बाब म्हणजे तुमच्या सभोवतालच्या लोकांनाही त्यामुळे चांगला फायदा होईल. प्रभावशाली मूल्यांनी समृद्ध असलेल्या परिवर्तनशील जीवनाची निर्मिती करणं नेहमीच महत्त्वाचं असतं. आपल्या आणि आपल्या भोवतालच्या लोकांच्या जीवनाला अर्थपूर्णता मिळवून देण्यासाठी आधी आपल्या क्षमतेला मुक्त करावं लागतं. या पुस्तकाचं वाचन करणं ही या प्रक्रियेची चांगली सुरुवात असेल.

हे पुस्तक लिहिल्याबद्दल ग्रेवाल सान, मी तुमचा आभारी आहे. तुम्ही मला या पुस्तकाची प्रस्तावना लिहिण्यास सांगितल्यामुळे मी अगदीच भारावून गेलो आहे. एखाद्या पुस्तकाला प्रस्तावना लिहिण्याची माझी ही पहिलीच वेळ आहे. लाखो लोकांची सेवा करण्यासाठी आमच्या कंपनीची आणि आपल्या देशाची मी अशीच सेवा करत राहीन. तुम्ही केलेल्या संशोधनाबद्दल आणि इतरांना मदत व्हावी म्हणून तुमचे अनुभव मांडल्याबद्दल मी तुमचे मनापासून आभार मानतो.

'तुम्हाला जलद गतीने धावायचं असेल तर एकट्यानेच धावा,' अशा अर्थाची एक जुनी म्हण आहे, 'पण तुम्हाला दूरवर जायचं असेल, लांबचा पल्ला गाठायचा असेल तर तुमच्या टीमबरोबर धावा,' असंच म्हटलं पाहिजे.

- निखिल नंदा
'एस्कॉर्टस कुबोता लिमिटेड',
अध्यक्ष आणि व्यवस्थापकीय संचालक

उपोद्घात

मला दोन कारणांसाठी हे पुस्तक लिहायचं होतं. एक म्हणजे एखादे नेतृत्व प्रशिक्षकाची (कोचची) भूमिका कशी पार पाडू शकतो आणि आपल्या टीमला प्रोत्साहन कसं देऊ शकतो, हे मला दाखवून द्यायचं होतं. स्वतःच्या कामगिरीला आकार देऊन, कामगिरीत सुधारणा करून स्वतःला आघाडीवर नेण्याची मुभा टीमला दिल्यास ती स्वतःच कशी उत्कृष्ट काम करू शकते; हे दाखवणं हा यामागचा हेतू होता.

या क्षेत्राशी संबंधित नसलेल्यांनाही हे पुस्तक वाचावंसं वाटावं, अशा प्रकारे वाचायला सोपं असलेलं एक पुस्तक मला लिहायचं होतं.

माझं बालपण चंडिगडमध्ये गेलं. तिथेच माझा वाचनाचा प्रवास सुरू झाला. शाळेला उन्हाळ्याच्या सुट्ट्या लागल्या की, मी आजोबांकडे जात असे. माझे आजोबा व्यवसायाने पशुवैद्यक होते. ते अधाशासारखे वाचन करत. चंडिगडमध्ये भर उन्हाळ्यात, दुपारी प्रचंड उकाडा असे. त्यामुळे इतक्या रणरणत्या उन्हात रस्त्यांवर चिटपाखरूही नसे. सगळीकडे शांतता असे. बहुतेक लोक दुपारी सहसा वामकुक्षी घेत किंवा डुलक्या काढत बसलेले असत. त्या काळात ना मोबाईल होते, ना सोशल मीडिया. यू ट्यूब किंवा चोवीस तास बडबड करणाऱ्या टीव्ही वाहिन्या यांचाही पत्ता नव्हता. मग करून, करून काय करायचं? एक तर झोप काढायची, नाही तर आरामात वाचन करायचं हाच बहुतेकांचा उद्योग असे.

मी वाचन करत असे. मी विज्ञान, औषधं यांवरची पुस्तकं किंवा 'नॅशनल जिओग्राफिक' वाचत असे.

विज्ञान आणि तंत्रज्ञानावरची पुस्तकं माझी आवडती होती. खरं तर त्यावेळी मी शाळकरी मुलगा असलो तरी मला पदवीपूर्व वर्गांची विज्ञानाची पुस्तकं वाचायला आवडत असत. त्यातही वाहने आणि इलेक्ट्रॉनिक्स या विषयांवरची पुस्तकं मला खूपच आवडत होती. माझ्या या आवडीमुळे, आपल्याला अभियंताच व्हायचं आहे; हे मी त्याच वेळी निश्चितपणे ठरवून टाकलं होतं. मी खरोखरच अभियंता झालो आणि नोकरीला लागलो. पण यात एक तोटा झाला. आता मला वाचनाला बिलकूल वेळ मिळेनासा झाला.

काही काळ असाच गेला. तोपर्यंत माझ्या लक्षात आलं होतं की, उद्योग क्षेत्रात यशस्वी व्हायचं असेल तर आपल्याला इतर काही कौशल्यंही आत्मसात करावीच लागतील. त्यामुळे मी वैयक्तिक विकासावरची पुस्तकं वाचायला सुरुवात केली. माझ्या वडिलांच्या पुस्तकाच्या कपाटातील डेल कार्नेगीची पुस्तकं मी वाचू लागलो. 'हाऊ टू इन्फ्ल्यूएन्स फ्रेंड्स अँड इन्फ्ल्युएन्स पीपल', 'हाऊ टू स्टॉप वरिंग अँड स्टार्ट लिव्हिंग', ही त्यांच्यापैकी काही उत्तम पुस्तकं होती.

मी नोकरीला सुरुवात केली होती, त्यावेळी माझ्या वरिष्ठांनी (बॉसने) मला वाटाघाटी कशा कराव्यात याची माहिती देणारं एक पुस्तक वाचायला दिलं. 'यू कॅन निगोशिएट' असं त्याचं नाव होतं. ते अतिशय सुंदर पुस्तक होतं. मला अजूनही आठवतं की, त्यावेळी माझं वेतन तुलनेत कमी होते. मी ते पुस्तक वाचल्यावर पहिली गोष्ट काय केली असेल असं तुम्हाला वाटतं? मी 'गुरूची विद्या गुरूला'चा कित्ता गिरवला आणि मला पुस्तक देणाऱ्या माझ्या वरिष्ठाबरोबरच वेतन वाढवण्याकरिता वाटाघाटी केल्या. माझी विद्या फळली. मला चांगली भरघोस वेतनवाढ मिळाली. त्याच वेळी माझ्या लक्षात आलं की, शाळा-महाविद्यालयांत न शिकवलेल्या अनेक गोष्टी मला अद्याप शिकून घ्याव्या लागणार होत्या. या गोष्टी आधी शिकवल्या गेल्या नसल्या तरी माझ्या व्यावसायिक विकासाच्या दृष्टीने महत्त्वाच्या होत्या. त्यात वेळेचं व्यवस्थापन, संपर्क आणि संवाद, नाविन्यता, नेतृत्व या गोष्टींचा समावेश होता.

माझ्या वरिष्ठांनी मला आणखी एक अतिशय उत्तम पुस्तक दिलं. 'हू मूव्हड माय चीज' असं त्या पुस्तकाचं नाव होतं. ते एक विलक्षण सुरेख, अभिजात दर्जाचं पुस्तक होतं. त्याच्यामुळे मला आपल्या मर्यादांच्या पलीकडे जाऊन नवनवीन कामं पत्करण्यास मदत झाली. त्यामुळे तर वाचनातील माझी गोडी आणखीच वाढली.

हळूहळू मला बढत्या मिळत गेल्या आणि मी नेतृत्वाची आणखी एकेक पायरी चढत गेलो. मात्र दर वेळ बढती मिळाली की, माझी आणखी प्रगती कशी करून घ्यावी हे सांगणऱ्या कुठल्या तरी एखाद्या पुस्तकावर मी झडप घालत असे आणि त्यातला मजकूर पहिल्यांदा वाचून काढत असे. असं केल्याने पुढच्या टप्प्यावरचं नेतृत्व करण्यासाठी माझं ज्ञान अद्ययावत होत असे. अशा प्रकारे माझी वाचनातील गोडी आणखी वाढतच गेली.

माझ्या टीममधील सदस्यांनाही मी पुस्तकं वाचण्यास सुचवू लागलो. मी कार्यालयातच एका कोपऱ्यात पुस्तकांसाठी जागा तयार केली आणि तिथे पुस्तकं ठेवली. तो माझा 'बुक कॉर्नर' होता. मला ज्या ज्यावेळी शक्य होत असे, त्या प्रत्येक वेळी मी लोकांना पुस्तकं भेटही देत असे.

परंतु माझ्या एक गोष्ट अगदी आवर्जून लक्षात आली. ती म्हणजे, प्रत्यक्षात अगदीच थोड्या सदस्यांनी वाचनास सुरुवात केली होती. यामुळे माझं कुतूहल चाळवलं गेलं. 'पुस्तकं इतकं भरभरून ज्ञान आणि माहिती देत असतानाही इतके

थोडेच लोक पुस्तकं का वाचत होते?' असा प्रश्न माझ्या मनात राहून राहून निर्माण होऊ लागला.

लवकरच माझ्या लक्षात आलं की, जाडजूड, बोजड पुस्तकं बघितली की, लोक घाबरून जात होते. शिवाय काही पुस्तकांमध्ये वापरले जाणारे क्लिष्ट इंग्रजी शब्द त्यांच्या डोक्यावरून जात होते. अशा वेळी ते वाचन टाळत होते. अर्थातच गेल्या काही वर्षांत लक्ष विचलित करणाऱ्या इतरही अनेक गोष्टी आल्या आहेत. त्यात समाजमाध्यमं (सोशल मीडिया), संदेश (मेसेजेस) आणि निरोप पाठवण्याच्या सेवा आणि सर्वसामान्यपणे मोबाईलचा वाढता वापर यांचा समावेश आहे.

मी हे पुस्तक लिहायचं असं ठरवल्यावर वाचन न करणाऱ्या लोकांच्या गरजाही मी लक्षात घेतल्या. म्हणून मी यातली माहिती शक्य तितकी संक्षिप्त आणि मुद्देसूद ठेवली आहे.

हे पुस्तक घेतलेल्या वाचकांना आणि एरवी वाचन न करणाऱ्यांनाही माझ्याकडचं ज्ञान देण्याची माझी इच्छा आहे. मला त्यांना माझे अनुभव सांगायचे आहेत. तुम्हाला हे पुस्तक वाचायला आवडेल असं मला वाटतं. तुम्हाला हा विषय रोचक वाटला तर त्याबद्दलची आणखी माहिती शोधा. अधिक वाचन करा. माझ्यापेक्षाही अधिक हुशार, विद्वान लोकांनी या विषयावर काही पुस्तकं लिहिली आहेत आणि ती उपलब्धही आहेत. त्यामुळे तुम्हाला हा विषय आवडला तर अधिक माहितीसाठी ती पुस्तकंही जरूर वाचा.

अनुक्रमणिका

‘तुमचे पद तुम्हाला
‘व्यवस्थापक’ बनवते, पण...
तुमचे कर्मचारीच तुम्हाला
‘लीडर’ बनवतात.’

– बिल कॅम्पबेल

प्रकरण १
'नेतृत्वा'चा विकास

मी गेली ३३ वर्षं उद्योजकीय जगात काम करत आहे. या काळात मी अनेक नेत्यांबरोबर काम केलं आणि नेतृत्वावरच्या साहित्याचंही अफाट वाचन केलं. मी एक पदवीधर प्रशिक्षणार्थी अभियंता म्हणून माझ्या कारकिर्दीची सुरुवात केली होती आणि अखेरीस कंपनीच्या व्यवस्थापकीय संचालकपदापर्यंत मजल मारली. माझ्या ३३हून अधिक वर्षांच्या कालावधीतील व्यावसायिक जीवनात शिकलेले धडे मला इतरांना सांगायचे आहेत. या धड्यांमुळे नेतृत्वाविषयीची एक नवीन विचारसरणी खुली होईल असं मला वाटतं. सध्याच्या उद्योजकीय जगतात नेतृत्वाचा कसा विकास होत आहे ते यातून वाचकांना समजेल असंही मला वाटतं.

आपल्याकडे किती वर्षांचा अनुभव आहे त्याच्या आधारावर कुठलीही व्यक्ती उद्योजकीय शिडीच्या पायऱ्या चढत वर जाते आणि त्या दरम्यान, 'दहशत निर्माण करणारा, भीतिदायक किंवा अत्यंत 'वाईट वरिष्ठा'पासून 'लाडका' किंवा 'लोकप्रिय वरिष्ठा'पर्यंतच्या विविध नेतृत्वशैली विकसित करते असं माझं निरीक्षण आहे. नेहमीच 'नेतृत्व' या विषयचा बहुतेक नेत्यांचा अभ्यास अगदीच मर्यादित असतो. त्यांच्यापैकी काहींचा असा विश्वास असतो की, आपल्याकडे एखादं पद असलं की, आपल्याला आपोआपच आदेश देण्याचा, लोकांना वळण लावण्याचा आणि त्यांना कोंडीत पकडणारे, त्यांची कुचंबणा करणारे प्रश्न विचारण्याचा अधिकार मिळतो. इथे प्रामुख्याने असा प्रश्न उपस्थित होतो की, जर एखाद्या व्यक्तीचं कोणीही ऐकत नसेल, त्याच्या आदेशाचं पालन करत नसेल तर त्याला 'नेता' वा 'लीडर' म्हणता येईल का?

एकदा मी आणि माझी पत्नी असेच बाहेर चाललो होतो. आमच्या विमानाची वाट पाहत आम्ही विमानतळावर बसलो होतो. तिथेच, आमच्या टेबलाभोवती कुठल्या तरी कार्यालयातील काही लोकही बसले होते. माझ्या पत्नीने मला सांगितलं

की, त्या लोकांमधील वरिष्ठ अधिकारी (बॉस) कोण आहे ते आपण अगदी सहजपणे ओळखू शकतो. तिचं असं म्हणणं होतं की, वरिष्ठाला ओळखण्यासाठी फक्त त्या गटाकडे पाहावं लागतं. जो कोणी जास्त किंवा सतत बोलत असतो तो वरिष्ठ अधिकारी असतो. अधिक बोलणारा वरिष्ठ अधिकारी आणि त्याचं म्हणणं मुकाट्याने ऐकून घेऊन माना डोलवणारे 'होयबा' लोक हे त्याचे सहकारी! बस्स! इतकी ही सोपी कसोटी असते. कार्यालयीन अधिकाराच्या श्रेणीबद्ध रचनेमुळे भले तुम्ही आपल्या हाताखालच्या लोकांना माना डोलवायला आणि तुमचं म्हणणं ऐकून घ्यायला भाग पाडत असाल, पण त्याचा अर्थ ते तुमचे खरोखरचे अनुयायी किंवा सहकारी असतात, असा असतो का? ते तुमचं मनापासून अनुसरण करतात असा त्याचा अर्थ असतो का? त्याऐवजी आता असं समजा की, तो 'लीडर' बराचसा प्रशिक्षकासारखा म्हणजेच 'कोच'सारखा आहे. (यापुढे आपण या पुस्तकात 'कोच' हाच शब्द वापरणार आहोत, कारण कोच म्हणजे प्रशिक्षक (ट्रेनर) नाही.) आपल्या टीमचे विचार, कल्पना आणि एकूणच तिचं म्हणणं ऐकून घेण्याचा संयम त्याच्याकडे आहे. अशा परिस्थितीत हेच चित्र कसं असेल? कोचसारखा वागणारा 'लीडर' असणं ही गोष्ट दुर्मीळ असते. ती जवळजवळ असामान्य गोष्ट असते. अशा नेत्याचं अनुसरण केलं जातं, त्याला आदर मिळतो आणि त्याच्याकडे मार्गदर्शनासाठी पाहिलं जातं असं आपण म्हणू शकतो का? मला तरी असं वाटतं.

आपल्या टीमच्या सदस्यांना स्फूर्ती देणं आणि त्यांच्या कौशल्यांचा विकास करून घेण्यास त्यांना मदत करणं ही आजच्या नेत्यांची सर्वात महत्त्वाची भूमिका आहे, असं मला वाटतं. असा 'लीडर' असेल तर त्यामुळे संस्थेची दीर्घकालीन वाढ होण्याची हमी मिळते. त्यामुळे वर्षानुवर्षं सुसंगत, उचित कामगिरी केली जाण्याची खात्री मिळते.

नेत्याचं कोचमध्ये रूपांतर करणं हा या पुस्तकाचा हेतू नाही. परंतु नेत्याला कोचकडे असलेल्या कौशल्याचे संच देणं हा नक्कीच हेतू आहे. फक्त सत्तेतील अधिकाराचं स्थान मिळाल्याच्या जोरावर आणि त्यांनी एखाद्या टीमचं नेतृत्व करणं अपेक्षित आहे म्हणून आजच्या काळातील नेते नेतृत्व करू शकणार नाहीत किंवा हाताखालच्या लोकांवर प्रभाव टाकू शकणार नाहीत. हे पुस्तक शाश्वत विकासाची आणि वाढीची हमी मिळावी म्हणून आपल्या टीमच्या सदस्यांना स्फूर्ती आणि प्रोत्साहन देण्याची इच्छा असलेल्या नेत्यांकरिता आहे.

महत्त्वाचे मुद्दे

- आपल्या अनुभवाच्या आधारावर 'लीडर्स' विविध प्रकारच्या नेतृत्वशैली विकसित करू शकतात.
- कनिष्ठ पदांवरच्या लोकांना त्यांच्या वरिष्ठाचं म्हणणं ऐकून घ्यावंच लागतं, परंतु उत्तम नेतृत्व याच्याही पलीकडे जाऊन काम करतं.
- सातत्यपूर्ण, सुसंगत संस्थात्मक कामगिरीची हमी मिळवण्यासाठी टीमच्या वाढीला स्फूर्ती देणं ही नेत्याची मुख्य भूमिका असते.

तुमच्या दृष्टीने या प्रकरणातील सगळ्यात महत्त्वाची गोष्ट काय आहे ?

....

....

....

‘लोकांमध्ये कौशल्य’
निर्माण करणे हे
नेतृत्वाचे काम नसते. तर
त्यांच्यातील कौशल्ये,
गुणवत्ता बाहेर काढणे
हे त्याचे काम असते,
कारण लोकांमध्ये
आधीपासूनच कौशल्ये
असतात.’

– जॉन बुकन

प्रकरण २

एकाच वेळी 'लीडर'आणि 'कोच'ही

'लीडर'ने कोचसारखं काम करावं' ही गोष्ट कदाचित साचेबंद किंवा वापरून गुळगुळीत झाल्यासारखी वाटू शकेल. परंतु जर 'लीडर' हा एकाच वेळी 'लीडर' आणि कोच म्हणूनही काम करत असेल तर ते किती असामान्य मिश्रण असू शकेल याची फक्त कल्पना करून बघा! इतर कलांप्रमाणेच नेतृत्वाची कलासुद्धा कालौघात विकसित झाली आहे. तीस वर्षांपूर्वीच्या उद्योजकीय जगताच्या तुलनेत आजचं उद्योजकीय जग खूपच वेगळं आहे.

आता आपल्या कर्मचाऱ्यांमध्ये झेड पिढीतील लोक आहेत. आजच्या तरुणाईला त्यांच्या बुद्धिमत्तेला वाव देणारे अनेक पर्याय उपलब्ध आहेत. एखाद-दुसऱ्या वर्षातच आपल्या नोकऱ्यांमध्ये आणि वरिष्ठांमध्ये (बॉसमध्ये) बदल करण्याकडे त्यांचा कल असतो. त्यामुळे आपल्या संस्थेतच अनुकूल संस्कृती निर्माण करून त्यांना आपल्याकडे कसं टिकवून ठेवता येईल, या आव्हानाला आजच्या व्यवस्थापकांना तोंड द्यावं लागत आहे. टीममधील कर्मचाऱ्याच्या बुद्धिमत्तेची कदर करणारी, त्यांचं अचूक मूल्यमापन करणारी आणि सर्वोच्च उत्पादन मिळवण्यासाठी त्यांच्या प्रज्ञेला योग्य मार्गाने पुढे नेणारी संस्कृती निर्माण करण्याचं आव्हान आजच्या व्यवस्थापकांना पेलावं लागत आहे.

चांगला 'लीडर' टीमला उपाययोजना सुचवतो, परंतु 'उत्कृष्ट लीडर' टीमलाच उत्तम उपाययोजना शोधून काढण्यास प्रेरणा देतो. तो त्यांना उचित उपाययोजना शोधण्यास प्रोत्साहन देतो. अशा

प्रकारे तो अंतःप्रेरणा आणि सकारात्मकता यांच्या माध्यमातून सर्जनशीलतेची आणि सक्षमतेची वाढ व पोषण करण्यास चालना देतो.

'लीडर'च्या पारंपरिक भूमिकेचा विचार करता, पूर्वी त्याला सगळ्या समस्यांवरची उत्तरं माहीत असणं महत्त्वाचं होतं किंवा निदान त्याला ती माहीत असली पाहिजेत असं गृहीत तरी धरलं जात होतं. सहसा अशा उपाययोजना नेत्याच्या स्वतःच्या आधीच्या अनुभवांवर आधारित असतात. परंतु त्याने सुचवलेली उपाययोजना टीमच्या दृष्टीने उत्तम असतेच असं नाही. कारण त्या समस्येच्या मुळाशी असलेल्या गोष्टी खूपच वेगळ्या असू शकतात. तसंच नेत्याकडे त्या समस्येचे सगळे तपशील असतातच असंही नाही. अशा परिस्थितीत नेत्यापेक्षाही ती समस्या हाताळणारा टीमचा सदस्यच तिच्यावरची उत्तम उपाययोजना सुचवू शकतो.

आता पुन्हा एकदा झेड पिढीचा विचार करू या. डार्विनच्या उत्क्रांतीच्या सिद्धांतावर तुमचा विश्वास असेल तर झेड पिढी ही कर्मचारीवर्गात सहभागी होत असलेली बहुधा अधिक उत्क्रांत, अधिक विकसित पिढी असू शकेल. ही पिढी फक्त अधिक विकसितच नाही, तर तिच्याकडे अधिक माहितीही आहे. माऊसच्या एका क्लिकवर किंवा बोटाचा फक्त स्पर्श केल्यावर जगातील कोणत्याही विषयावरची कोणतीही माहिती या पिढीच्या लोकांसमोर हात जोडून हजर होते .

त्यामुळे त्यांच्या कल्पना आणि त्यांच्या उपाययोजना यांविषयीचे त्यांचे विचार मांडण्यास आणि त्यावर बोलण्यास त्यांना संधी देणं ही गोष्ट उचित नाही का?

जर एखादा 'लीडर' त्याच्या टीमच्या सदस्यांना समस्येवरच्या सर्व उपाययोजना शोधण्यास मदत करू शकला तर टीमचे सदस्य स्वतःच उत्तम उपाययोजना शोधतील, शिवाय त्या उपाययोजनेची अंमलबजावणी करण्याची जबाबदारीही स्वतःच्या शिरावरच घेतील. त्यामुळे उच्च पातळीवरचा सहभाग आणि अंमलबजावणीतील तत्परता निर्माण होईल. आपल्याला सर्वांनाच माहीत आहे त्याप्रमाणे याच्यातून उच्चस्तरीय कामगिरी केली जाईल.

म्हणून कोच म्हणून काम करण्याच्या नेतृत्वशैलीतून 'लीडर' आणि टीमचे सदस्य यांच्यामध्ये सहकार्य निर्माण होईल. साहजिकच अशा प्रकारच्या सहकार्यातून प्रत्येक जणच सक्षम होईल. या बदलामुळे आपल्या स्वतःच्या कामगिरीला दिशा देण्यासाठी आणि तिच्यात सुधारणा करण्यासाठी कर्मचारी स्वतःच आघाडीवर राहून काम करतील.

कोचिंग देणं ही एक कला आहे. मात्र तिच्याविषयी अद्यापही गैरसमज आहेत. तिची नेहमीच मार्गदर्शनाशी, प्रशिक्षणाशी आणि सल्ला देण्याशी गल्लत

केली जाते. बहुतांश नेत्यांना सल्ला द्यायला आवडतं हे यामागचं महत्त्वाचं कारण असतं. कोणताही टीमचा सदस्य केव्हाही त्याच्याकडे एखादी समस्या घेऊन आला रे आला की, टीमचा 'लीडर' त्याला सल्ला देण्यास सरसावतो. तो त्याला सल्ल्यावर सल्ले देत बसतो.

सल्ला देणं किंवा काही सुचवणं यात काहीच गैर नाही. खरं तर नेत्यांनी तसंच करावं अशी अपेक्षाही असते. त्यामुळेच बहुतांश नेत्यांची ती उत्स्फूर्त शैलीच होते. पण तुम्ही सहाव्या प्रकरणात वाचणार आहात, त्याप्रमाणे सुचवलेल्या गोष्टींची आणि दिलेल्या सल्ल्यांची अंमलबजावणी नेत्यांच्या अपेक्षेइतकी न होण्याची शक्यता असते. म्हणूनच सल्ला देणं आणि सुचवणं या गोष्टींना मर्यादा पडतात. दुसरीकडे, कोचिंग घेत असलेल्या व्यक्तीच्या मनात कोचिंगमुळे कृतीविषयीच्या जबाबदारीची भावना आणि सहभागी वृत्ती निर्माण होते.

आजचे अनेक नेते आपल्या टीमला काही प्रमाणात कोचिंग देत असले तरी अद्यापही कोचिंगविषयी बरेचसे गैरसमज आहेत आणि त्याचा कमी प्रमाणात वापर केला जातो. वास्तविक, कोचिंग हे कामाच्या ठिकाणी आवश्यक असलेलं सर्वात महत्त्वाचं साधन आहे, मात्र तरीही अद्याप त्याचा सर्वात कमी वापर केला जातो.

हार्वर्ड बिझनेसने केलेल्या एका अभ्यासातील आढाव्यानुसार, यशस्वी अधिकाऱ्यांनी कोचच्या भूमिकेतून आपला पुनर्शोध घेतला पाहिजे. आपण ज्यांच्याबरोबर काम करतो त्यांच्यातील ऊर्जा, सर्जनशीलता बाहेर काढली पाहिजे आणि त्यांच्याकडून काही गोष्टी शिकल्याही पाहिजेत.

अधिक प्रमाणात कोचसारखं वागणं हे नेतृत्वाकडे असलेलं एक महत्त्वपूर्ण कौशल्य असलं तरी त्याचा फारसा उपयोग करून घेतला जात नाही.

चांगल्या कोचिंगचा कामगिरीवर सकारात्मक प्रभाव पडत असल्याचं अभ्यासांमधून सिद्ध झालं आहे. मात्र तरीही काही वेळा नेते त्याचा उपयोग करण्यापासून परावृत्त होतात, कारण त्यामुळे वेळ वाया जातो असं त्यांना वाटतं.

हार्वर्ड बिझनेस रिव्ह्यूच्या २०१९च्या अंकात प्रसिद्ध झालेल्या 'हर्मिनिया इबारा आणि ॲनी स्काऊलर' यांच्या लेखात व्यवस्थापकाची भूमिका ही वाढत्या प्रमाणात कोचच्या भूमिकेसारखी कशी होत चालली आहे यावर चर्चा करण्यात आली आहे.

भूतकाळात ज्या गोष्टी किंवा उपाययोजना यशस्वी ठरल्या होत्या, त्या आजच्या झपाट्याने बदलणाऱ्या जगात यशस्वी ठरतीलच असं नाही. त्यामुळे भविष्यात

यशस्वी ठरण्यासाठी त्या मार्गदर्शन करू शकणार नाहीत. म्हणून आजच्या व्यवस्थापकांकडे सगळीच्या सगळी बरोबर असलेली उत्तरं असू शकणार नाहीत.

आदेश देणं आणि नियंत्रण ठेवणं या प्रकारच्या पद्धतीपासून गेल्या दशकभराहून अधिक काळात अधिकाधिक कंपन्या कशा दूर गेल्या आहेत ते या लेखात दाखवून देण्यात आलं आहे. आता या कंपन्यांचे व्यवस्थापक सूचना देण्याऐवजी पाठबळ देतात आणि मार्गदर्शन करतात.

आपल्या नेत्यांनी कोच म्हणून काम करावं यासाठी अधिकाधिक कंपन्या त्यांच्या नेत्यांना प्रशिक्षित करण्यात कशी गुंतवणूक करत आहेत त्याचा उल्लेखही या लेखात करण्यात आला आहे. कोचिंग हा कंपन्यांमधील अध्ययन संस्कृतीचा अविभाज्य भाग होत आहे.

महत्त्वाचे मुद्दे

- 'कोचिंग'च्या नेतृत्वशैलीतून 'लीडर' आणि टीमचे सदस्य यांच्यामध्ये सहकार्य निर्माण होतं आणि त्यामुळे सगळेच जण सक्षम होतात.
- 'लीडर्स'नी आपल्या संस्थेत नवीन पिढीच्या प्रज्ञेला आणि बुद्धिमत्तेला महत्त्व देणाऱ्या संस्कृतीची निर्मिती करणे आणि सर्वोच्च उत्पादनक्षमतेची निर्मिती करण्यासाठी तिला उचित वळण देणेही आवश्यक असते.
- कामाच्या ठिकाणी कोचिंग या साधनाची सर्वाधिक गरज असूनही अद्याप त्याचा सर्वांत कमी वापर केला जातो.
- भूतकाळात यशस्वी ठरलेली गोष्ट भविष्यात यशस्वी ठरणाऱ्या गोष्टीकरिता मार्गदर्शक ठरू शकणार नाही.

या प्रकरणातून मिळालेल्या कोणत्या गोष्टींची नोंद करावी, असे तुम्हाला वाटते?

....

....

....

....

....

....

‘तुमचे किती अनुयायी आहेत यावरून नव्हे तर, तुम्ही किती ‘लीडर्स’ तयार करता यावरून तुम्ही चांगले ‘कोच’ आहात की नाही ते ठरते. अधिकाधिक ‘लीडर्स’ तयार करणे; हे चांगल्या ‘कोच’चे लक्षण आहे.’

– महात्मा गांधी

प्रकरण ३

नेतृत्वाची पुनर्व्याख्या

काही नेते (लीडर्स) इतरांच्या तुलनेत अधिक यशस्वी का होतात याचं मला नेहमीच आश्चर्य वाटत असे. या उत्सुकतेतूनच आपापल्या व्यवसायांमध्ये थक्क करण्याइतकी वाढ करणाऱ्या यशस्वी नेत्यांच्या गुणवैशिष्ट्यांचा मी अभ्यास करू लागलो. ते आकर्षक किंवा करिष्मा असलेले, आक्रमक किंवा तापट नव्हते. सहसा नेहमीच ते शांत, बांधिलकी पत्करून काम करणारे आणि इतरांना पाठबळ देणारे होते. ते आपल्या डोक्यात नेतृत्वाचा अहंकार जाऊ देत नव्हते. आपल्या टीमला उत्तम परिणाम कसे मिळवता येतील याचा ते अधिक विचार करत होते. त्यांना त्याचीच अधिक काळजी वाटत होती. अशा नेत्यांना तुम्ही इतके यशस्वी का आहात असं तुम्ही विचारलं तर ते नेहमीच असं उत्तर देतात की, 'हे सगळं टीममुळेच झालं आहे.' किंवा 'मी नशीबवान होतो,' असंही ते म्हणतात.

मग त्यांच्या नेतृत्वशैलीत असा कोणता असामान्य गुणधर्म असतो?

हे नेते फक्त त्यांच्या स्वतःच्या क्षमतांवरच अवलंबून नसतात, तर ते त्यांच्या टीमच्या क्षमतांचाही वापर करतात. आपल्या क्षमतांचा सर्वोच्च वापर करून कामगिरी करण्याची स्फूर्ती ते आपल्या टीमना देतात आणि त्यांना त्याकरिता प्रोत्साहित करतात.

नवीन, सुसंगत कल्पना किंवा विचार ऐकून घेण्यास ते नेहमीच तयार असतात आणि अशा प्रकारे आपल्या टीममध्ये ते जबाबदारीची आणि सहभागी भावनेची रुजवणूक करतात. ते आपल्या टीमना इच्छित फलितं मिळवण्याच्या उद्दिष्टाशी सातत्याने सुसंगत राहायला लावतात. त्यांना प्रोत्साहित करतात. त्यांच्या मनात त्या फलिताची जबाबदारी घेण्याची उत्सुकता निर्माण करतात आणि त्यांना ते इच्छित फलित मिळवण्यासाठी काम करण्याची प्रेरणा देतात.

कोचकडेही हीच कौशल्यं असतात. म्हणूनच आपल्या टीमसाठी कोच म्हणून काम करणारे नेते त्यांच्या टीमला उत्तम परिणाम मिळवून देण्याची हमी देऊ शकतात.

'गुड टू ग्रेट' या आपल्या पुस्तकात जिम कोलिन्सने पाचव्या म्हणजेच सर्वोच्च स्तरावरच्या नेत्याकडे अशीच गुणवैशिष्ट्यं असल्याचा उल्लेख केला आहे.

जिम कोलिन्सने आणि त्याच्या टीमने 'फक्त चांगल्या' असलेल्या कंपन्या 'महान' कशा झाल्या, त्यांनी अशा प्रकारचे उत्तम परिणाम कसे काय मिळवले यावर पाच वर्षं संशोधन केलं. त्यांना असं आढळलं की, या कंपन्यांच्या नेत्यांकडे पाचव्या स्तरावरच्या नेत्यांची गुणवैशिष्ट्यं होती. एक ते पाच या स्तरांच्या मोजपट्टीवर पाचव्या स्तरावरचे नेते हे नेतृत्वाचे सर्वोच्च उत्तम गुणधर्म असलेले आणि अर्थातच नेतृत्वाच्या सर्वोच्च पातळीवरचे नेते असतात.

या पाचव्या स्तरावरच्या नेत्यांकडे कसलाच करिष्मा नव्हता किंवा त्यांच्याकडे छाप पाडणारी आकर्षक, जादुई व्यक्तिमत्त्वंही नव्हती. मात्र त्यांच्याकडे वैयक्तिक विनम्रता आणि व्यावसायिक इच्छाशक्ती यांचा संगम होता. स्वतःला कीर्ती, प्रतिष्ठा मिळावी म्हणून ते यशाचा पाठपुरावा करत नव्हते. त्याऐवजी आपली संस्था यशस्वी व्हावी म्हणून ते काम करत होते. त्यांच्या कौशल्यांचा आणि महत्त्वाकांक्षेचा वापर ते स्वतःला पुढे नेण्यासाठी करत नव्हते, तर आपल्या

संस्थेच्या ध्येयाचा पाठपुरावा करण्याकरिता लोकांना प्रेरणा देण्यासाठी करत होते. ज्यावेळी ते यशस्वी होत होते, त्यावेळी त्याचं श्रेय ते त्यांच्या टीमना, बाह्य परिस्थितींना किंवा अगदी निव्वळ नशीबाला देत होते, पण स्वतः घेत नव्हते.

वरिष्ठ म्हणून काम करणारे अनेक नेते परिणाम मिळवण्यासाठी आपल्या टीमवर अधिकार गाजवतात, त्यांना हुकूम देतात आणि त्यांच्यावर नियंत्रण ठेवतात. आपल्या अधिकारांचा उपयोग ते या गोष्टींसाठी करतात. अशा प्रकारचं नेतृत्व थोड्या वेळेपुरतं परिणाम मिळवून देत असेलही, परंतु जोपर्यंत टीममध्ये सहभागी भावना नसते, तिच्याकडे प्रेरणा व उत्साह नसतो तोपर्यंत ही कामगिरी टिकाऊ स्वरूपाची ठरत नाही. मिळालेले परिणाम शाश्वत स्वरूपाचे नसतात आणि म्हणूनच ते दीर्घकालीन नसतात. इतकंच नव्हे तर, प्रचंड प्रमाणात आलेल्या थकव्यामुळे, निर्माण होणाऱ्या संघर्षामुळे सक्षम सदस्य निघून जातात. ते टिकत नाहीत. जो नेता पुढच्या पातळीवरचे नेते घडवतो, तोच परिणाम मिळवण्यासाठी त्याच्या टीमला प्रेरणा देतो आणि सदस्यांच्या मनात जबाबदारीची आणि सहभागीपणाची भावना निर्माण करतो. याच्यातून कामगिरीची खात्री मिळते आणि संस्था दीर्घकालीन यशाच्या मार्गावरून वाटचाल करू लागते. असे परिणाम मिळवण्याचा आणि जबाबदारीची आणि सहभागीपणाची भावना निर्माण करण्याचा कोचिंगशिवाय अधिक चांगला दुसरा मार्ग नाही.

वरिष्ठ म्हणून काम करणारा नेता आणि कोच म्हणून काम करणारा नेता यांच्यातील काही फरक पुढील तक्त्यात दिले आहेत.

वरिष्ठ (बॉस) म्हणून काम करणारा 'लीडर'	**'कोच' म्हणून काम करणारा 'लीडर'**
कर्मचाऱ्यांना कामाला जुंपतो.	कर्मचाऱ्यांचा विकास करतो.
त्यांच्यावर हुकमत गाजवतो आणि त्यांच्यावर नियंत्रण ठेवतो.	त्यांच्या मनात जबाबदारीची आणि सहभागाची भावना निर्माण करतो.
त्यांच्या मनात भीती रुजवतो.	उत्साहाची निर्मिती करतो.
परिणाम मिळवण्यासाठी त्यांच्यावर जबरदस्ती करतो.	परिणाम मिळवण्यासाठी जबाबदारीच्या भावनेला प्रेरणा देतो.

त्यांना सांगतो.	त्यांना विचारतो.
त्यांच्याबरोबर बोलतो.	ऐकून घेतो.
अल्पावधीचे परिणाम मिळवतो.	दीर्घकालीन वाढीची हमी देतो.
अधिकार गाजवतो.	आदर प्राप्त करतो.

'फेसबुक'च्या (आता 'मेटा'चे) मुख्य परिचालन अधिकारी (चीफ ऑपरेटिंग ऑफिसर) शेरील सँडबर्ग या कोचिंग देणाऱ्या नेत्या (लीडर)चं उत्तम उदाहरण आहेत. समरसता, लवचीकता आणि वाढीसाठी प्रोत्साहनपर बक्षीसं किंवा इन्सेन्टिव्ह देण्याचा वापर करणं अशा शब्दांत सँडबर्ग यांच्या नेतृत्वशैलीच्या गुणवैशिष्ट्यांचं वर्णन करता येईल.

'फेसबुक'मध्ये २००८मध्ये त्या रुजू झाल्या. त्यावेळी त्या कंपनीच्या स्थापनेला फक्त चारच वर्षं झाली होती. लवकरच सँडबर्गनी कंपनीला नफ्यात आणण्यासाठी हुशारीच्या उपाययोजना शोधल्या. त्यानंतर अखेरीस २०१०मध्ये 'फेसबुक' ही नफ्यात चालणारी कंपनी झाली. तेव्हापासून आजतागायत तिने कधीही मागे वळून पाहिलं नाही.

आपल्या टीमच्या सदस्यांच्या क्षमतेचा पुरेपूर वापर करून घेता आला पाहिजे यावर एक नेता म्हणून सँडबर्ग यांचा विश्वास आहे. फेसबुकला समरसतेने आणि उत्कट महत्त्वाकांक्षेने, कळकळीने काम करणाऱ्या अधिकाऱ्यांची गरज होती. सँडबर्गनी हे कार्य अतिशय परिपूर्णतेने पार पाडलं. त्यांच्याबरोबर काम करणाऱ्या प्रत्येकाच्या उन्नतीसाठी त्यांच्या सामर्थ्याचा उपयोग झाला.

सँडबर्गनी 'फेसबुक'मधील त्यांच्या कार्यकाळात सातत्याने आपल्या टीमला शिकण्यास आणि विकसित होण्यास प्रोत्साहन दिलं. त्यांनी टीमच्या सदस्यांना त्यांची उद्दिष्टं साध्य करण्यासाठी आवश्यक असलेला आधार, पाठबळ आणि संसाधने दिली. या सगळ्या वाटचालीत एखाद्या चांगल्या कोचप्रमाणे त्यांनी त्यांची भरपूर प्रशंसा केली, त्यांना प्रोत्साहन दिलं आणि त्यांना प्रतिसादात्मक माहिती (फीडबॅक) दिली.

सँडबर्ग यांच्या प्रयत्नांमुळे फेसबुक हे सोशल मीडियातील एक बलाढ्य ताकदवान माध्यम म्हणून समोर आलं. इतर अनेक कंपन्यांसाठी आणि स्टार्ट अप्ससाठी तो एक आदर्श नमुना ठरला आहे.

महत्त्वाचे मुद्दे

- आपल्या क्षमतांवर अवलंबून राहणारे आणि त्याबरोबरच आपल्या टीमच्या क्षमतांचाही वापर करून घेणारे नेते आपल्या टीमना त्यांच्या क्षमतांचा शक्य तितका उत्तम वापर करून घेण्यास स्फूर्ती आणि प्रोत्साहन देतात.
- नवीन कल्पना आणि सूचना मोकळेपणाने ऐकून घेणारे नेते त्यांच्या टीमच्या मनात जबाबदारीची आणि सहभागीपणाची भावना निर्माण करतात.
- पुढच्या पातळीवरच्या नेत्यांना विकसित करणारा नेता त्याच्या टीमला प्रेरणा देतो आणि त्यांच्या मनात जबाबदारीची व सहभागीपणाची भावना निर्माण करतो. असा नेता दीर्घकालीन यशाची हमी देतो.

तुम्ही शिकलेल्या गोष्टींपैकी कोणती गोष्ट तुम्हाला नोंदवून ठेवावी असं वाटतं?

....

....

....

‘चांगल्या उत्तरांना चांगल्या प्रश्नांशिवाय अन्यत्र कुठेही थारा मिळत नाही.’

– क्लेटन क्रिस्टेन्सन

प्रकरण ४

प्रश्न विचारण्याची सुरेख कला

एखाद्या महान उत्तरापेक्षाही एखादा महान प्रश्न अधिक महत्त्वाचा असतो, कारण प्रश्न महान असल्याशिवाय आपल्याला कधीही महान उत्तर मिळू शकणार नाही.

सर्जनशील उपाययोजनांपर्यंत नेणाऱ्या सर्जनशील विचारांमध्ये काही अडथळे असतात. प्रश्न हे या अडथळ्यांची बंद कुलपं उघडणाऱ्या चाव्या असतात. टीकात्मक आणि बरे-वाईट शेरे मारून निवाडे करण्याच्या दृष्टिकोनांपासून सर्जनशील दृष्टिकोनापर्यंत जाण्यास प्रश्न तुम्हाला मदत करतात आणि संबंधांमध्ये सुधारणा घडवून आणतात.

वरिष्ठ सांगतो, तर नेता ऐकून घेतो. कोच असलेला नेता उचित प्रश्न विचारतो आणि नंतर समोरच्याचं म्हणणं किंवा त्याने दिलेलं उत्तर लक्षपूर्वक ऐकतो. ही गोष्ट साधी असल्यासारखी वाटेल, पण ती जितकी साधी वाटते तितकी साधी नसते.

ज्यावेळी तुम्ही नेतृत्वस्थानी असता, त्यावेळी तुमच्याकडे संयम असतोच असं नाही. बहुतेक नेत्यांकडे तो नसतोच. तुमच्यावर कालमर्यादेचा दबाव असतो. कधी कधी तुम्हाला झटपट विचार करून तातडीने काम करण्याची गरज असते. संबंधित क्षेत्रातील तुमचा अनुभव आणि ज्ञान यांमुळे तुम्हाला झटपट निर्णय घेण्यास मदत होऊ शकते. मात्र तरीही निर्णयाची अंमलबजावणी करण्यातच खरं आव्हान दडलेलं असतं.

नेहमीच नेत्यांनी निर्देश द्यावेत, मार्गदर्शन करावं आणि परिणाम मिळवावेत अशी अपेक्षा असते. पण यात फक्त एकच समस्या असते. ती म्हणजे त्याच्या टीमचा सदस्य स्वतःच्या कल्पनेची अंमलबजावणी करण्याची जबाबदारी मोठ्या प्रमाणात घेतो, याची जाणीव नेत्याला असली पाहिजे, पण ती नेहमी असतेच असं नाही. आपल्या टीमने फक्त दिलेल्या निर्देशांनुसार काम करावं आणि निर्देशांचं पालन करावं ही गोष्ट नेत्याला आवडते. परंतु असं नेहमीच घडतं का?

श्रेणीबद्ध रचनेत वरपासून खालपर्यंत हे निर्देश किंवा कल्पना पाझरत जातात, मात्र त्या जसजशा खालच्या पातळीवर पोहोचतात, तसतशी त्या निर्देशांची किंवा कल्पनांची अंमलबजावणी होण्याची शक्यता धूसर होते किंवा नाहीशी होते. या कल्पनेवरचा स्वामित्वहक्क हा फक्त वरच्या पातळीपुरताच राखीव असतो, त्यामुळे तिच्या अंमलबजावणीची जबाबदारीही त्या पातळीपुरतीच राहते. टीमच्या सदस्यांकडे त्याविषयीची तितकीच समज नसते किंवा तिच्या अंमलबजावणीची जबाबदारीही त्यांनी मनापासून स्वीकारलेली नसते. याचा अर्थ त्यांना ती कल्पना आपली आहे असं वाटतच नाही. वरपासून खालपर्यंत येत असताना प्रत्येक टप्प्यावर

तिची तीव्रता कमी होत जाते. त्यामुळे या निर्देशांचं कसंबसं नाईलाजाने पालन केलं जातं. साहजिकच अपेक्षित फलनिष्पत्तीच्या जवळपास पोहोचणारी फलनिष्पत्तीही मिळत नाही. म्हणून निर्देश देऊन काम करून घेण्याच्या या पद्धतीत वेळेची बचत होत असली तरी तिच्यामुळे मिळणारे परिणाम मनस्तापजनक असतात.

एखाद्या कल्पनेविषयी किंवा उपक्रमाविषयी तुमच्या मनात जबाबदारीची भावना निर्माण झाली, तुम्हाला ती कल्पना किंवा तो उपक्रम आपलासा वाटला तरच तिच्या अंमलबजावणीसाठी तुम्ही अतिशय उत्साहाने सर्वतोपरी प्रयत्न करता. कोचिंगमुळे जबाबदारीचं आणि उत्साहाचं पोषण होण्यास मदत होते. कोचिंगनंतर उत्तम कल्पनांमुळे आणि उपाययोजनांमुळे तुम्ही रोमहर्षित व्हाल हे जितकं खरं आहे, तितकंच त्यांच्या अंमलबजावणीसाठीही प्रचंड परिश्रम घेतले जातील, हेही खरं आहे.

योग्य प्रश्न विचारण्याचं कौशल्य हा कोचिंगचा गाभा असतो. ते असेच कुठले तरी प्रश्न नसतात, तर व्यक्तींना सखोल विचार करण्यास प्रोत्साहित करणारे प्रश्न असतात. असे प्रश्न त्यांच्या तत्कालीन दृष्टिकोनांना आव्हान देतात. नवीन कल्पना आणि उपाययोजना उजेडात आणण्याच्या आणि छुपे मार्ग प्रकाशात आणण्याच्या दृष्टिकोनातून अशा प्रश्नांच्या रचना केल्या जातात. या शक्तिशाली साधनांमुळे नवीन शक्यतांचं जग खुलं होतं. नवनवीन शोध घेण्यास प्रोत्साहन मिळतं. त्यामुळे आधी कल्पनाही केली नसेल अशा प्रकारचे शोध घेण्यास उत्तेजन मिळतं. यामुळे वैयक्तिक वाढीला आणि विकासाला उत्तेजन मिळतंच, पण त्याबरोबरच नावीन्यता (इनोव्हेशन) आणि सर्जनशील विचारसरणीत प्रचंड वाढ होण्याजोग्या वातावरणाची रुजवणूकही होते.

टीमच्या सदस्यांचं म्हणणं सक्रियपणे ऐकून घेणं, त्यांच्या प्रतिक्रिया आणि प्रतिसाद समजून घेणं आणि त्यांना विचार करण्यास वेळ देणं या गोष्टीही तितक्याच महत्त्वाच्या असतात. त्याकरिता शांत किंवा मूक राहून सहजपणे विचार करता आला पाहिजे. चर्चेच्या दरम्यान फक्त शांत बसण्यासाठी घाईघाईने काही वेळ काढणं बरोबर नसतं. विचार करण्यासाठी मारून-मुटकून शांत राहण्याने काहीही साध्य होत नाही. त्याऐवजी आपल्याला विचार करण्यासाठी मिळालेला तो एक मूल्यवान अवकाश आहे या दृष्टिकोनातून त्या भावनेनेच त्याकडे पाहिलं गेलं पाहिजे.

ज्या ठिकाणी शांततेचा किंवा टीमच्या सदस्याच्या मौनाचा आदर केला जातो आणि मौनाची किंमत ओळखली जाते अशा वातावरणाची निर्मिती केली पाहिजे.

तरच त्यात सहभागी असलेल्या प्रत्येकाकडून सखोल आणि अधिक अर्थपूर्ण योगदान दिलं जाण्यास प्रोत्साहन मिळेल. या दृष्टिकोनामुळे संयमाची आणि समजूतदारपणाची संस्कृती निर्माण होते. परिणामकारक सहकार्यासाठी आणि टीमच्या वाढीसाठी अशा संस्कृतीची आवश्यकता असते.

आपण नेहमीच प्रश्न विचारतो आणि आपल्याला त्याचं तत्काळ उत्तर मिळत नाही. मग आपण तो प्रश्न पुन्हा विचारतो किंवा त्या प्रश्नाची पुनर्रचना करतो अगर त्यात काही अतिरिक्त स्पष्टीकरणांची भर घालतो. मात्र प्रश्न विचारल्यानंतर समोरची व्यक्ती शांत राहते याचा अर्थ ती त्यावर विचार करत असते ही गोष्ट क्वचितच आपल्या लक्षात येते. जर त्या दरम्यान, मध्ये, मध्ये आपण आणखी उपप्रश्नांची भर घालत राहिलो तर त्या व्यक्तीला विचार करण्यास आपण वेळ देत नाही. तिच्याकडून तो वेळ आपण हिरावून घेतो.

महत्त्वाचे मुद्दे

- कोचिंग देणारे नेतृत्व योग्य प्रश्न विचारतो आणि नंतर लक्षपूर्वक ऐकतो.
- आपल्या कल्पनेची अंमलबजावणी करताना टीमकडे त्या कल्पनेचा स्वामित्व हक्क व जबाबदारी असते, याची नेत्याला जाणीव असली पाहिजे.
- यशस्वी नेतृत्व उत्तरं लक्षपूर्वक ऐकतो आणि टीमच्या सदस्यांना विचार करण्यास पुरेसा वेळही देतो.

या प्रकरणातील कोणती गोष्ट तुमच्या दृष्टीने सगळ्यात उपयुक्त आहे?

....

....

....

....

....

....

‘चांगले नेतृत्व लोकांना आपल्या नेतृत्वावर विश्वास ठेवण्यास प्रेरणा देते, तर महान नेतृत्व लोकांना स्वतःवर विश्वास ठेवण्यास प्रेरणा देते.’

– एलेनॉर रुझवेल्ट

प्रकरण ५
माझा 'कोचिंग'चा पहिला अनुभव

बंगळुरूच्या 'आयआयएम'मध्ये मी एका अल्पावधीच्या कोचिंग कार्यक्रमात सहभागी झालो होतो. त्यावेळी पहिल्यांदाच माझा कोचिंगच्या कार्यक्रमाशी संबंध आला होता. 'उच्च कामगिरी करणाऱ्या संस्थांची निर्मिती करणं' हा कोचिंगचा विषय होता. 'कोचिंग' हा या कार्यक्रमाचा एक मुख्य विषय होता. त्याच वेळी मी पहिल्यांदा कोचिंगच्या 'ग्रो' मॉडेलच्या संपर्कात आलो. (या मॉडेलविषयी मी नंतर सांगणार आहे.) कोचिंग हे समुपदेशन, सल्ला देणं, प्रशिक्षण देणं आणि मार्गदर्शन करणं यांहून कसं भिन्न असतं हेही मला त्याच वेळी पहिल्यांदा समजलं.

नंतर मला स्वतःलाच कोचिंग घेण्याची संधी मिळाली. त्यावेळी मला कोचिंगची खरी ताकद समजली आणि तिचा अनुभवही आला. २०२०च्या सुरुवातीच्या काळात मी विक्री आणि विपणन विभागाचा उपाध्यक्ष होतो, त्यावेळी मी हे कोचिंग घेतलं होतं.

मला अजूनही आठवतं की, कोचिंगच्या अगदी पहिल्या सत्रात माझ्या कोचने 'तुमचंउद्दिष्ट काय आहे?' असं मला विचारलं होतं. कंपनीचा व्यवस्थापकीय संचालक होणं हे माझं उद्दिष्ट असल्याचं मी तत्काळ उत्तर दिलं होतं. माझ्या कंपनीच्या व्यवस्थापकीय संचालकपदी तोपर्यंत सगळे जपानी लोकच होते, त्यामुळे तसं पाहता, हे उद्दिष्ट खूपच मोठं होतं. 'हे उद्दिष्ट साध्य करण्यासाठी काय केलं पाहिजे असं तुम्हाला वाटतं?' असा त्यानंतरचा पुढचा प्रश्न त्याने मला विचारला. मी त्यावेळी कंपनीच्या ज्या विभागांचं कामकाज पाहत होतो, त्यांच्याशिवाय इतर विभागांच्या कामकाजातही मी सहभागी झालं पाहिजे वगैरे उत्तरं मी दिली.

त्या विलक्षण कोचिंगविषयी मी अतिशय कृतज्ञ आहे. त्यानंतर तीन वर्षांच्या आत मला व्यवस्थापकीय संचालकपद देण्यात आलं. एके काळी हेच पद मिळवणं हे अशक्य कोटीतील उद्दिष्ट आहे असं मला वाटत होतं.

तो कोच मला युरोपवरून ऑनलाईन प्रशिक्षण देत होता. त्याला माझ्या कंपनीच्या व्यवसायाची किंवा कामकाजांची काहीही माहिती नव्हती आणि हाच यातला उत्तम भाग होता. त्यामुळे प्रत्यक्षात माझ्या उद्दिष्टापर्यंत पोहोचण्यासाठी उचित मार्ग आणि कृती शोधण्यास त्याने मला मदत केली होती.

मी त्या कोचिंगमुळे इतका भारावून गेलो की, त्या विषयातील औपचारिक कोचिंग घ्यायचं असं मी ठरवलं. कोविडच्या महासाथीमुळे आभासी जग आणखी खुलं झालं. त्यामुळे जगाच्या कुठल्याही भागातून इंटरनेटच्या माध्यमातून उत्तम प्रशिक्षण (ट्रेनिंग) मिळवणं शक्य झालं होतं. मी ही संधी साधली आणि एनएलपी कोचिंगमधील अभ्यासक्रम पूर्ण केला.

एनएलपी किंवा न्युरो लिंग्विस्टिक प्रोग्रॅमिंग हे वैयक्तिक परिवर्तन घडवून आणण्यास ग्राहकांना मदत करणारं एक प्रभावी साधन आहे. कोचिंग आणि एनएलपी यांच्या संयोगातून प्रत्येक माणसातील सुप्त बुद्धिमत्तेचा निश्चितपणे शोध घेता येतो.

एनएलपी आणि कोचिंग एकमेकांना कसे पूरक ठरतात हे समजून घेण्यासाठी एनएलपीच्या क्षेत्रातील 'उत्कृष्टतेविषयीच्या काही विश्वासांवर' एक नजर टाकू या. न्यूरो लिंग्विस्टिक प्रोग्रॅमिंगच्या संस्थापकांनी 'उत्कृष्टतेविषयीचे हे विश्वास' लिहिले होते. ते असे :

- नकाशा म्हणजे प्रदेश नाही.
- अपयश असं काहीच नसतं. फक्त तो एक प्रतिसाद असतो.
- प्रत्येक वर्तनामागे एक सकारात्मक हेतू असतो.
- निवड करण्याच्या वेळी आपल्या समोर उपलब्ध असलेल्या निवडींमधून प्रत्येक जण उत्तम असलेली निवडच करतो.
- कोणत्याही संपर्काच्या परिणामातून त्याचा अर्थ स्पष्ट होतो.
- प्रत्येक समस्येवर उपाययोजना असते.
- आपल्याला कधीही गरज असलेली सगळी संसाधने आपल्यातच असतात.
- सर्वाधिक लवचीकता असलेल्या व्यक्तीकडेच सर्वोच्च प्रभाव असतो.
- मन आणि शरीर हे एकाच यंत्रणेचे भाग असतात.
- एखादी व्यक्ती एखादी गोष्ट करू शकत असेल तर, प्रत्येक जणच ती करू शकतो.
- कृती करणं हा समजून घेण्याचा मार्ग असतो.

- आपण सातत्याने संपर्क साधतो, मग तो शब्दानं, देहबोलीतून, डोळ्यांच्या इशाऱ्यांमधून किंवा आपल्या विचारांमधून असेल!
- आपापल्या स्वतःच्या पद्धतीने सगळेच लोक उत्कृष्ट आणि उदात्त असतात.

उपाययोजना शोधण्यासाठी कोचिंग घेत असलेल्या व्यक्तीच्या मनात खोलवर प्रवेश करण्यासाठी एनएलपीचा वापर करता येतो. प्रत्येक समस्येवर उपाययोजना असतेच आणि लागणारी सगळी संसाधने आपल्यातच असतात, हे अगदी एनएलपीसुद्धा किती स्पष्टपणे सांगते!

कोणत्याही व्यक्तीला किंवा टीमच्या सदस्याला तोंड द्यावं लागत असलेल्या कोणत्याही अडचणीवर किंवा समस्येवर ती व्यक्ती किंवा तो सदस्य स्वतःच उत्तम उपाययोजना शोधू शकतो हे या सगळ्याच्या मुळाशी असलेलं तत्त्व आहे.

नेत्यांनी कोचिंगची कला आणि त्याबरोबरच प्रभावीपणे प्रश्न विचारण्याची कलाही शिकून घेतलीच पाहिजे. काय, कसे इ. शब्दांनी सुरू होणारे प्रश्न टीमच्या सदस्यांना त्या समस्येचा शोध घेण्यास आणि तिच्या खोलात शिरण्यास प्रवृत्त करतात. ते समस्येच्या गाभ्यापर्यंत पोहोचून अखेरीस आपल्या हातून काय सुटतंय, काय निसटतंय ते समजून घेतात. एकदा त्यांना त्या समस्येला पूर्णपणे समजून घेता आलं की, मग ते उत्तम उपाययोजना शोधू शकतात. त्यांनी शोधलेली उपाययोजना ही त्यांची स्वतःची कल्पना असते. तिच्यावर त्यांचा स्वामित्वहक्क असतो. ती त्यांची जबाबदारी असते आणि तिचा उपयोग करून तिला आजमावून पाहण्यास ते उत्सुक असतात.

टीमच्या सदस्यांना त्यांच्या उपाययोजना शोधायला लावणं आणि त्यांची उद्दिष्टं त्यांना तळमळीने साध्य करायला लावणं याहून समस्या सोडवणुकीचा आणि कामाच्या ठिकाणी उद्दिष्टं निश्चित करण्याचा आणखी चांगला असा कोणता मार्ग असू शकेल?

'इंटरनॅशनल कोचिंग फेडरेशन'ने (आयसीएफने)

कोचिंगची व्याख्या पुढीलप्रमाणे केली आहे :

'आपल्या वैयक्तिक आणि व्यावसायिक क्षमतेचा सर्वोच्च विस्तार करण्यासाठी ग्राहकांबरोबर (कोचिंग घेत असलेल्या व्यक्तींबरोबर) विचारप्रवर्तक आणि सर्जनशील प्रक्रियेत सहभागी होणं म्हणजे कोचिंग होय.'

कोचिंगच्या प्रक्रियेत एकच एक विशिष्ट उत्तर नसलेले खुले प्रश्न विचारण्याचा आणि कोचिंग घेत असलेल्या व्यक्तीला गंभीरपणे, सखोल विचार करण्यास प्रोत्साहन देण्याचा समावेश होतो. यामुळे संबंधित व्यक्तीला अधिक खोलात शिरून त्या विषयाचा शोध घेता येतो. या प्रक्रियेत तिला पूर्वकल्पना मोडीत काढता येतात आणि मानसिक मर्यादाही ओलांडता येतात. शिवाय तिला नवीन कल्पना आणि उपाययोजना शोधून काढता येतात.

या सगळ्या प्रक्रियेतून कल्पना, उत्पादकता आणि नेतृत्व यांचे आधी न वापरलेले स्रोत खुले होऊ शकतात.

म्हणून कोचिंगचा वापर करणारा नेता हा फक्त आपल्या टीमच्या सदस्यांसाठीच नव्हे तर, संस्थेसाठीही आत्यंतिक गरजेचा असलेला बदल आणि विकास घडवून आणू शकतो.

महत्त्वाचे मुद्दे

- 'एनएलपी'चा असा विश्वास आहे की, व्यक्तीला भेडसावणाऱ्या समस्यांवरच्या उपाययोजना त्या व्यक्तीलाच सापडू शकतात. त्या तिच्याकडेच असतात. याकरिता आपल्या समस्या सोडवण्यासाठी आवश्यक असलेले अंतर्गत स्रोत प्रत्येकाकडे असतात, यावर भर देण्याची गरज असते.
- कोचिंगमध्ये खुले प्रश्न विचारण्याचा आणि अधिक सखोल पातळीवर विषयाचा शोध घेण्याचा समावेश असतो. तसेच त्यात पूर्वकल्पना मोडून काढून नवीन कल्पना व उपाययोजनांची निर्मिती करण्याकरिता गांभीर्याने विचार करण्याचाही समावेश असतो.
- समस्यांना बारकाईने समजून घेण्याकरिता आणि त्या सोडवण्याकरिता नेमक्या कोणत्या कृती कराव्यात हे ठरवण्यासाठी 'टीम'ना मदत करता यावी म्हणून नेत्यांनी कोचिंगवर आणि 'काय', 'कसं' या स्वरूपाचे प्रश्न विचारण्यावर प्रभुत्व मिळवले पाहिजे.

या प्रकरणातून तुम्हाला कोणत्या टीपा घेणे महत्त्वाचे आहे, असे वाटते?

....

....

....

....

....

‘ऐकणे हेच माझे रोजचे अत्यंत महत्त्वाचे काम मी पार पाडत होतो, कारण त्यामुळे आगामी वर्षांतील माझ्या नेतृत्वाची पायाभरणी होणार होती.’

– सत्या नडेला

प्रकरण ६
क्षमता खुल्या करणे

'कोचिंग' ही मूलतः लोकांना कमाल क्षमतेच्या कामगिरी करता याव्यात यासाठी त्यांच्या क्षमतेला खुलं करण्याची कला आहे. ती शिकवण्यापेक्षाही, लोकांना स्वतःलाच शिकता यावं यासाठी त्यांना मदत करते.

कोचिंग देणारी नेतृत्वशैली ही उत्साहवर्धक, सक्षमता प्रदान करणारी आणि समाधान मिळवून देणारी असते. ती सर्जनशीलतेला आणि क्षमतेला दडपून टाकणाऱ्या 'आज्ञा देणं आणि नियंत्रण ठेवणं' या नेतृत्वशैलीच्या बरोबर विरुद्ध प्रकारची असते.

या नेतृत्वशैलीमुळे टीमच्या सदस्यांवरचा आणि त्यांच्या नेत्यांवरचाही तणाव कमी होतो. हा तिचा अतिशय तत्काळ होणारा लाभ आहे. सदस्यांना अधिक अधिकार मिळाल्यासारखं आणि त्यामुळे अधिक क्षमता प्राप्त झाल्यासारखं वाटतं आणि आपल्यालाच सगळ्या समस्यांची उत्तरं द्यावी लागणार आहेत असं दडपण नेत्यांवरही येत नाही. साहजिकच सदस्य आणि नेते असे दोघंही तणावमुक्त होतात.

'आज्ञा देणं आणि नियंत्रण ठेवणं' या नेतृत्वशैलीत आव्हानांचा वेळेवर अंदाज येणं आणि त्यानुसार त्यांच्यावर मात करण्यासाठी प्रतिसाद देणं या गोष्टी होत नाहीत. कारण या शैलीत नेते टीमच्या सदस्यांचं म्हणणं ऐकून घेत नाहीत. या शैलीशी निगडित असलेली ही एक महत्त्वाची समस्या आहे. वास्तविक, संस्थेतील प्रत्येक सदस्याला उद्दिष्टाची माहिती असली पाहिजे आणि आपण त्या संस्थेचा एक अविभाज्य भाग असल्याच्या जाणिवेतून निर्माण होणारा आपलेपणाही जाणवला पाहिजे. आपल्या टीमच्या निर्णयांना पाठबळ देणं हे नेत्यांचं काम असतं. त्यांच्यासाठी कोणता निर्णय योग्य आहे ते ठरवून तो घेऊन टाकणं हे त्यांचं काम नसतं. मात्र तरीही त्यांच्या टीमच्या सदस्यांना नियमितपणे आदेश नव्हे, पण निर्देश देणं आणि मार्गदर्शन करणं त्यांनी सुरू ठेवलं पाहिजे. टीमला सगळ्याच्या सगळ्या तयार उपाययोजना देणं टाळणं हा यातला महत्त्वाचा मुद्दा आहे.

अपयश आलं तरी त्याच्यातून काय शिकता येईल हे समजून घेण्यास नेत्याने टीमला मदत करणं महत्त्वाचं असतं. हा शिकलेला धडा पुढच्या उपक्रमात वापरण्यास त्यांना साहाय्य करणंही आवश्यक असतं. म्हणून जोपर्यंत टीमने तर्कनिष्ठपणे कृतीच्या सगळ्या पायऱ्या पार पाडल्या असतील आणि वेळेवर कृती केली असेल तोपर्यंत नेत्याने टीमला पाठबळ दिलं पाहिजे. त्यांनी अपेक्षित परिणाम मिळवले नसले तरीही अशा वेळी नेत्याने टीमला आधार दिला पाहिजे. अशा नेत्याविषयी टीमच्या मनात निष्ठा निर्माण होईल आणि त्यांना त्याच्याविषयी आदरही वाटेल. यामुळे टीमला पुढे जाण्याचा आणि अखेरीस यश प्राप्त करून घेण्यासाठी नवनवीन मार्ग चोखाळण्याचा आत्मविश्वास प्राप्त होईल. टीमच्या सदस्यांनी यशस्वी व्हावं असं ज्या नेत्याला प्रामाणिकपणे वाटत असेल तो टीमच्या सदस्यांकरिता अधिक प्रमाणातील सहभागी वातावरणाची निर्मिती करतो आणि त्याच्या टीमच्या सदस्यांना आणखी एक पाऊल पुढे जाण्यास स्फूर्ती देतो.

टीमच्या प्रत्येक सदस्याच्या उत्कट इच्छा-आकांक्षा आणि उद्दिष्टं समजून घेणं महत्त्वाचं असतं. सक्रिय संपर्काच्या आणि संवादाच्या माध्यमातून हे करता येतं. त्यांच्या स्वारस्याच्या क्षेत्रांमधील अंतर्दृष्टीसाठी त्यांना प्रश्न विचारणं आणि त्यांचं म्हणणं ऐकून घेणं महत्त्वाचं असतं. त्यामुळे आपल्याला महत्त्व दिलं गेलं आहे, असं त्यांना वाटेल. त्यांना अधिक चांगली कामगिरी करण्यास कशामुळे स्फूर्ती मिळेल? कशामुळे टीममधील त्यांच्या योगदानात कमाल वाढ होईल? त्यांच्या योगदानामुळे टीमला त्यांच्या संपूर्ण क्षमतेचा वापर करणं कसं काय शक्य होईल? या प्रश्नांचा विचार करणं महत्त्वाचं असतं.

मॅक्किन्सीज ग्लोबल सर्व्हेच्या 'फॉर स्मार्टर डिसिजन्स, एम्पॉवर युवर एम्प्लॉईज' (अधिक कौशल्यपूर्ण निर्णयांसाठी तुमच्या कर्मचाऱ्यांना सक्षम करा.) या ९ सप्टेंबर २०२० रोजी प्रसिद्ध झालेल्या एका लेखात देण्यात आलेल्या माहितीनुसार, उच्च पदस्थ म्हणजे 'सीईओ', 'सीएफओ' व 'सीओओ' (सी स्युट) अधिकाऱ्यांचा सुमारे ७० टक्के वेळ हा निर्णय घेण्यावरच खर्च होतो. सक्षम कर्मचारी कशाप्रकारे चांगले निर्णय घेतात आणि आपल्या स्वतःच्या जीवावर समस्या सोडवतात, हे या सर्वेक्षणातून दिसून येतं. मात्र अधिक निर्णय घेण्यासाठी निर्णय प्रक्रियेचं विकेंद्रीकरण आणि कर्मचाऱ्यांचं सक्षमीकरण केल्यामुळे नेतृत्वावरचा वेळेचा दबाव कमी होतो.

म्हणूनच टीमच्या सदस्यांना निर्णय घेण्याची आवश्यक कौशल्यं शिकवून नेत्यांनी त्यांचं सक्षमीकरण करण्याची आवश्यकता असते. यामुळे अनावश्यक मान्यता घेण्यात वेळ दवडण्यापेक्षा ज्या ठिकाणी प्रत्यक्ष कृती केली जाते त्या ठिकाणी तिथल्या तिथे झटपट निर्णय घेण्यास मदत होईल.

सगळ्या समस्यांची उत्तरं तुम्हीच दिली पाहिजेत असं नाही, हे लक्षात ठेवा. खुले प्रश्न विचारा आणि पूर्वग्रहांना, गृहीत धरलेल्या गोष्टींना आव्हान द्या. संबंधित समस्या सोडवण्यासाठी तुमच्या टीमच्या सदस्यांनाच पर्यायी उत्तरं शोधू देत. तुमच्या टीमच्या सदस्यांना अधिक चांगल्या प्रकारे समस्येची सोडवणूक करण्यास शिकवणं आणि प्रोत्साहन देणं ही आपल्या टीमला त्यांची क्षमता खुली करण्यास मदत करणारा आणि 'कोच म्हणून काम करणारा नेता' होण्याची गुरूकिल्ली आहे. असं केल्यामुळे तुम्ही त्यांना भावी नेते म्हणून दीर्घकालीन यशाच्या मार्गावरून पुढे नेता.

टीमची क्षमता खुली करणारा कोच म्हणून काम करणारा प्रभावी नेता होण्यास काही वेळ लागेल. तुम्हाला त्याकरिता थोडासा सराव करावा लागेल. मात्र हे करून तुम्ही टीमच्या सदस्यांना त्यांच्या स्वतःच्या कामगिरीचं नेतृत्व करून पुढे जायला लावाल. त्यांना अशा प्रकारे आघाडीवर राहून स्वतःच्या जीवावर उत्तम कामगिरी करायला लावणं हेच यातलं अंतिम उद्दिष्ट आहे.

अनेक वेळा नेत्यांच्या मनात अशी भीती असते की, आपल्या हाताखालच्या लोकांच्या कौशल्याला पैलू पाडून त्यांना निर्णय घेण्यास सक्षम केलं तर त्यामुळे आपलं महत्त्व कमी होईल आणि आपल्या नोकरीवर गदा येईल. परंतु प्रत्यक्षात

तुम्ही जर सध्याचं काम हाताळण्यास तुमच्या टीमच्या सदस्यांना तयार केलं तर तुम्हाला पुढची पदोन्नती मिळण्याची संधी असते. नेते आहेत आणि ते नेतृत्वही करत आहेत. परंतु नेतृत्वात समाविष्ट असलेली कोचिंगची शैली हे नेतृत्वाच्या क्षेत्रात नव्याने उदयास येत असलेलं तत्त्वज्ञान आहे. कर्मचाऱ्यांचं सक्षमीकरण करणं आणि त्यांना त्यांच्या संपूर्ण क्षमतेचा उपयोग करून घेता यावा इतपत त्यांचा विकास करणं यांभोवती ही नेतृत्वशैली केंद्रित झाली आहे. जगातील काही अत्यंत यशस्वी कंपन्या आज कोचिंगच्या नेतृत्वशैलीचा वापर करत आहेत.

सत्या नडेला हे कोचिंगच्या नेतृत्वशैलीचा वापर करणारे नेते म्हणून ओळखले जातात. ते लोकांना त्यांच्या जीवनातील अधिक 'समरसतेचा' शोध घेण्यास म्हणजेच कल्पनेने दुसऱ्याच्या अंतरंगात शिरून त्याच्या भावनांचा वेध घेण्यास प्रेरणा देतात.

सत्या नडेला २०१४मध्ये 'मायक्रोसॉफ्ट'चे मुख्य कार्यकारी अधिकारी (सीईओ) झाले. त्यानंतर त्यांनी सगळ्या कर्मचाऱ्यांना एक 'मेल' पाठवून त्यांच्या नवीन उपक्रमाची रूपरेषा स्पष्ट केली. त्यांनी त्या मेलमध्ये म्हटलं होतं की, 'पृथ्वीवरच्या प्रत्येक व्यक्तीला आणि प्रत्येक संस्थेला अधिक गोष्टी मिळवण्यासाठी सक्षम करणं हे आपलं ध्येय आहे.'

'हिट रिफ्रेश' या त्यांच्या पुस्तकामुळे लोकांना आपापल्या जीवनांमध्ये अधिक समरसतेचा शोध घेण्याची प्रेरणा मिळेल अशी त्यांना आशा आहे. त्यांच्या ब्लॉगमध्ये त्यांनी समरसतेविषयी असं लिहिलं आहे की,

'समरसता हा एक गुणधर्म आहे. या गुणधर्मामुळे मायक्रोसॉफ्टमध्ये सक्षमीकरणाच्या आमच्या ध्येयाला आकार आला. तसेच तोपर्यंत साध्य न करता आलेल्या गोष्टी आम्हाला साध्य करता आल्या आणि ग्राहकांच्या स्पष्टपणे व्यक्त न झालेल्या गरजा ओळखून आम्हाला त्या पूर्ण करता आल्या. सर्वांसाठी नवीन संधी निर्माण करून एक समाज म्हणून पुढे जाण्यासही याच गुणधर्माचा आपल्याला उपयोग होईल.'

त्यांनी कोणत्याही सूचना, आदेश 'वरपासून खालपर्यंत' दिल्या जाण्याची पद्धत कमी केली. त्याऐवजी कंपनीने काय करावं अशा कर्मचाऱ्यांच्या अपेक्षा आहेत, ते कर्मचाऱ्यांनाच विचारलं. ते स्वतः कर्मचाऱ्यांचा प्रतिसाद ऐकत होते आणि त्यांना पाठबळ किंवा आधार देत होते. त्याकरिता लागणारा वेळ त्यांनी काढला होता. अखेरीस या कोचसदृश दृष्टिकोनामुळे कंपनीच्या संस्कृतीत सुधारणा झाली आणि 'मायक्रोसॉफ्ट'च्या इतिहासात एका अधिक यशस्वी व नावीन्यतेच्या अध्यायाची सुरुवात झाली.

महत्त्वाचे मुद्दे

- 'कोचिंग'ची नेतृत्वशैली ही उत्साहवर्धक, सक्षमीकरण करणारी आणि समाधान देणारी आहे. ती 'आदेश द्या आणि नियंत्रण ठेवा' या नेतृत्वशैलीच्या बरोबर विरुद्ध प्रकारची नेतृत्वशैली आहे.
- आपल्या टीमच्या सदस्यांनी यशस्वी व्हावे, असे ज्या नेतृत्वाला अगदी मनापासून वाटते, तो कर्मचाऱ्यांकडून अधिक उत्तम सहभाग मिळवण्याची तरतूद करतो आणि टीमच्या सदस्यांना स्फूर्तीही देतो.
- टीमच्या क्षमतेला खुली करणारा 'कोच' म्हणून काम करणारा प्रभावी नेता' होण्यासाठी सरावाची गरज असते. असा 'कोच' टीमच्या सदस्यांना त्यांच्या स्वतःच्या कामगिरीचं स्वतःच नेतृत्व करायला लावतो. आपल्या कामगिरीत सुधारणा करण्यासाठी तो त्यांना आघाडीवर राहायला लावून काम करायला लावतो.

तुम्हाला या प्रकरणातील कोणत्या महत्त्वाच्या गोष्टी नमूद करून ठेवाव्यात असे वाटते ?

....

....

....

‘भूतकाळात नेतृत्वाला
कसे सांगावे हे
माहीत होते, परंतु
भविष्यकाळात नेतृत्वाला
कसे विचारावे, हे माहीत
असेल.’

- पीटर ड्रकर

प्रकरण ७
सांगत बसू नका! प्रश्न विचारत राहा!

पीटर फर्डिनांड ड्रकर हे ऑस्ट्रियन-अमेरिकन व्यवस्थापन सल्लागार, शिक्षक आणि लेखक होते. आधुनिक व्यवस्थापन सिद्धांताचा तात्त्विक आणि व्यवहार्य पाया घालण्यात त्यांच्या लेखनाने महत्त्वपूर्ण योगदान दिलं आहे. पीटर ड्रकर यांच्या कल्पनांमुळे नेत्यांच्या प्राधान्यक्रमांमध्ये पर्यवेक्षणापासून व्यूहरचना करण्यापर्यंतचा बदल झाला.

सर्व स्तरांवरच्या टीमच्या सदस्यांनी एकत्रीतपणे काम करून, मान्य करण्यात आलेलं उद्दिष्ट साध्य करण्यासाठी व्यवसायाला पुढे न्यावं अशी त्यांची कल्पना होती. टीमच्या प्रत्येक सदस्याला त्या उद्दिष्टाविषयीचं आपलं मत मांडण्याचा समान हक्क असेल असं त्यांचं म्हणणं होतं.

यशस्वी होण्याची इच्छा असलेले नेते पीटर ड्रकर यांनी मांडलेलं ज्ञान आत्मसात करतील यात कसलीच शंका नाही. ड्रकर यांचं जीवन, त्यांनी दिलेले धडे आणि त्यांची मार्गदर्शक तत्त्वं शिकण्यासाठी वेळ काढणं महत्त्वाचं आहे. त्यांनी ज्यावेळी हे लेखन केलं त्यावेळी त्यांनी मांडलेल्या या सगळ्या गोष्टी जितक्या सुसंगत होत्या, तितक्याच त्या आजच्या काळाशीही सुसंगत आहेत.

तुम्ही जसजसे नेतृत्वाच्या अधिक वरच्या टप्प्यांवर पोहोचता, तसतशी तुम्ही काय करता ही गोष्ट कमी महत्त्वाची होते आणि तुमची टीम काय करते याला अधिक महत्त्व येतं. म्हणून आपल्या टीमला सर्जनशीलतेने विचार करण्याची, नावीन्यपूर्ण कल्पना लढवण्याची आणि आपल्या उपक्रमांची संपूर्ण जबाबदारी घेण्याची प्रेरणा देणारा नेता यशाची निर्मिती करतो.

म्हणून तुम्ही विचारत असलेले प्रश्न आणि ते विचारण्याची तुमची पद्धत या गोष्टी महत्त्वाच्या असतात, कारण त्यांच्यामुळेच समोरच्या व्यक्तीच्या मनात काही अंतर्दृष्टी निर्माण होतात.

अनेक वेळा एखाद्या विषयातील तज्ज्ञ आणि अनुभवी नेत्यांना कोचिंग देणं अतिशय अवघड वाटतं. सहसा नेहमीच प्रशिक्षणाची किंवा सल्ला देण्याची कोचिंगशी गल्लत करण्याकडे त्यांचा कल असतो. बहुतांश नेत्यांना कोचिंग आणि सल्ला देणं या संज्ञा गोंधळवून टाकतात.

एका साध्या वाक्यातून कोचिंग आणि सल्ला देणं यांची तुलना करता येते. कोचिंगमध्ये प्रश्न विचारण्याचा समावेश होतो, तर सल्ला देण्यात सांगण्याचा समावेश होतो. म्हणून सल्ला देण्यात तुम्हाला जे जे माहीत असतं ते सांगण्याचा समावेश होतो.

सल्ला देण्यात काहीही चुकीचं नसलं तरी 'सांगितलेल्या' गोष्टी 'आत्मसात' करण्यात नेहमीच समस्या असतात. मी नेत्यांना अनेक वेळा असं सांगताना ऐकलंय की, 'हे योग्य प्रकारे कसं करावं हे मी त्याला अनेक वेळा सांगितलं, परंतु तरीही मी सांगितल्याप्रमाणे ते कसं करावं ते त्याला समजत नाही.'

'सांगणं' या गोष्टीत हीच तर खरी समस्या असते. तुम्हाला असं वाटतं की, असं सांगून तुमचा सगळा अनुभव तुमच्या टीमच्या सदस्याला तुम्ही दिला आहे. परंतु त्या टीमच्या सदस्याकडे त्याची स्वतःची विचारप्रक्रिया असते. तुम्ही त्याला सांगत असताना कदाचित तो दुसऱ्याच कुठल्या तरी गोष्टीचा विचार करत असतो

किंवा त्याला सांगितलेली आणि त्याच्यातून त्याला जाणवलेली गोष्ट त्याला पटलेली नसते. ते काम कसं करावं याविषयी त्याच्या मनात स्वतःच्या काही कल्पना असू शकतात.

आपल्याकडचं ज्ञान, माहिती आणि तज्ज्ञता कधी सांगावी आणि कधी सांगू नये हे नेत्यांनी शिकलं पाहिजे.

हार्वर्ड बिझनेस रिव्ह्यूच्या मते, एखादा व्यवस्थापक त्याने इतक्या वर्षांमध्ये साठवलेलं सगळं ज्ञान आपल्या टीमच्या एखाद्या सदस्याला सांगतो. आपल्याला शक्य तितक्या प्रमाणात ते आत्मसात करता यावं अशा इच्छेने तो सदस्य ते सगळं ज्ञान ऐकतो. या संवादात काय करावं आणि कसं करावं याचा समावेश असल्यामुळे टीमच्या सदस्यांच्या ऊर्जेच्या पातळ्या आणि प्रेरणा दडपल्या जाऊ शकतात.

त्यामुळे सल्ला देण्याच्या प्रक्रियेत ऊर्जा, रोमहर्षकता, उत्साह आणि जबाबदारीची भावना या गोष्टी हरवल्या जाण्याची शक्यता असते आणि खरं तर टीमने त्यांची सर्वोच्च कामगिरी करून दाखवण्यासाठी त्यांच्याकडे नेमक्या याच गोष्टी असणं आवश्यक असतं.

अनेक पदाधिकाऱ्यांना असं वाटतं की, आपल्याकडे सत्ता देणारं पद आहे याचा अर्थ आपण नेते आहोत. आपल्या टीमने आपल्या निर्देशांचं, सूचनांचं निमूटपणे पालन करावं अशीच बहुतांश वेळा अशा पदाधिकारी नेत्यांची अपेक्षा असते. निर्देशांच्या पालनाच्या या प्रक्रियेत कडक पर्यवेक्षणाची आणि कायमस्वरूपी देखरेखीची गरज असते.

आपले निर्देश पूर्णपणे समजून न घेतल्याबद्दल आणि अनेक कामं अर्धवट झाल्यामुळे आपल्यालाच पूर्ण करावी लागल्याबद्दल असे नेते नेहमीच त्यांच्या टीमला दोष देताना दिसतात.

अशा वेळी तुम्हाला पुढील वाक्यं ऐकू येतात :

'मी त्यांना ते काम अशा प्रकारे करावं असं स्पष्टपणे सांगितलं होतं, परंतु तरीही त्यांना ते समजलं नाही किंवा तरीही त्यांनी ते योग्य प्रकारे केलं नाही.'

समजा, नेत्याला त्याचा बहुतांश वेळ पर्यवेक्षणात, देखरेख करण्यात आणि त्याच्या हाताखालच्या लोकांनी व्यवस्थितपणे पार न पाडलेली कामं करण्यातच घालवावा लागत आहे. असा नेता अतिश्रमाने थकून जाईल आणि मग त्याने जी कामं खरोखरच करणं अपेक्षित असतं, ती कामं तो एकाग्रतेने करू शकणार नाही. संस्थेच्या भावी वाढीसाठी, अध्ययनासाठी आणि विकासासाठी एक प्रभावी

दृष्टिकोन तयार करणं, दीर्घकालीन नियोजनाची आणि व्यूहरचनांची आखणी करणं यांसारख्या गोष्टींचा त्याच्या कामांमध्ये समावेश असू शकतो.

आपल्या टीमला प्रेरणा देणं आणि टीमच्या सदस्यांमध्ये उत्साह निर्माण करणं ही नेत्याची भूमिका असते. किमान पर्यवेक्षण आणि कमीत कमी नियंत्रण असताना चांगलं काम करू शकणाऱ्या आणि चांगले परिणाम मिळवून देणाऱ्या टीमहून दुसरी कुठलीही टीम अधिक चांगली असूच शकणार नाही. याचा अर्थ टीमवर एकदा काम सोपवलं की मग तिकडे बिलकूल लक्ष देऊ नये असा मुळीच नाही. उलटपक्षी तुमच्या टीमचे कोच असल्यामुळे तुम्ही सक्रिय आणि सहभागी वैयक्तिक नेतृत्व करण्याची गरज असते.

आपण कुठेही अडखळलो, गांगरून गेलो किंवा अपयशी ठरलो तर आपल्याला पाठबळ देण्यासाठी आपला नेता नेहमीच आपल्या पाठीशी आहे असा आत्मविश्वास टीमच्या सदस्यांना कायमच वाटला पाहिजे. आपला नेता आपल्याला प्रगतिपथावर जाण्यास पाठबळ देईल असा ठाम विश्वास त्यांच्या मनात असला पाहिजे.

'मी त्याला सांगितलंच होतं....'

'मी त्याला सांगितलंच होतं.... ' असं वाक्य अनेक नेते वापरतात. 'मी त्याला अमुक एक गोष्ट सांगितली होती.....आणि तरीही त्याने त्याचं काम व्यवस्थित केलं नाही,' असं अनेक नेते म्हणत असल्याचं आढळतं.

यातली समस्या अशी असते की, ज्यावेळी नेते सांगत असतात त्यावेळी टीमचा सदस्य ऐकत नसतो. त्याच्या मनात दुसराच कुठला तरी विचार सुरू असल्यामुळे त्याने त्यावेळी व्यवस्थित ऐकलेलं नसतं. त्यामुळे सांगितलेली गोष्ट त्याला समजलेली नसते. म्हणून नेत्याच्या अपेक्षेप्रमाणे त्याला अंमलबजावणी करता आलेली नसते.

आपण सांगितलेलं त्याला समजत आहे की नाही, हे वरचेवर तपासणं हा ऐकण्याच्या प्रक्रियेतील ही समस्या सोडवण्याचा एक मार्ग असू शकतो. म्हणजेच त्या संबंधित सदस्याला काय समजलं ते विचारा. त्यामुळे निदान सांगितलेल्या गोष्टींपैकी टीमच्या सदस्याला किती गोष्टी समजल्या आहेत ते तरी स्पष्ट होतं.

टीमच्या सदस्याला ते निर्देश समजले असले तरी त्याला ते पूर्णपणे पटलेले नसणं ही दुसरी समस्या असते. त्या संदर्भात त्याच्या मनात वेगळा विचार असू शकतो. आपल्या मनातील दुसरी कल्पनाच अधिक उचित आहे असं त्याला वाटतं.

आता त्या सदस्याला या संदर्भात प्रश्न विचारून त्याला नेमकं काय वाटतं हे समजून घेतल्याशिवाय ही गोष्ट नेत्याला समजणं कठीण असतं.

याचा परिणाम असा होतो की, टीमच्या सदस्याला नेत्याने सांगितलेली गोष्ट पटलेली नसल्यामुळे तो तिची पूर्णपणे अंमलबजावणी करू शकत नाही आणि त्याचा वरिष्ठ त्याच्या कल्पनेला मान्यता देणार नाही, म्हणून तो त्याची स्वतःची कल्पनाही वापरू शकत नाही. याचा अंतिम परिणाम असा होतो की, कामात कसलीच प्रगती होत नाही किंवा निकृष्ट परिणाम मिळतो.

म्हणून नेहमीच 'विचारणं' महत्त्वाचं असतं. कारण तुमच्या टीमच्या सदस्याला

> **म्हणूनच 'सांगत राहणे थांबवा', त्यानंतर तुम्हाला सभोवतालच्या जगात बदल झाल्याचे आढळेल.**

त्याच्याकडच्या ज्या उत्तम, चमकदार कल्पनेची बहुधा उत्साहाने अंमलबजावणी करण्याची इच्छा असेल ती कल्पना वाया घालवण्याची अर्थातच तुमचीही इच्छा असणार नाही.

एखाद्या कोचप्रमाणे नेतृत्व करण्यामागे हाच हेतू असतो. या नेतृत्वशैलीत तुम्ही प्रत्येक सदस्याला मोकळेपणाने बोलण्याची, सर्जनशीलतेने विचार करण्याची संधी देता आणि पुढाकार घेण्याची स्फूर्ती देता.

आपल्या टीमला काय करायचं हे सांगून, त्यांच्या कामगिरीत येणाऱ्या समस्या हाताळण्याची नेत्यांना सवय असते. नेत्यांना कोचिंग देणं अवघड वाटतं, त्यामागे त्यांची ही सवय हे एक कारण असतं.

ज्यावेळी नेते फक्त वरिष्ठ अधिकारी म्हणून वागतात त्यावेळी त्यांच्याकडे फारसा संयम नसतो. त्यांना झटपट निर्देश देण्याची आणि त्यांच्या टीमने कामांची तशीच झटपट अंमलबजावणी केल्याचं पाहण्याची इच्छा असते. त्यांना चर्चेत, प्रश्न विचारण्यात आणि उत्तरं ऐकण्यात रुची नसते. आपल्याकडे अधिकार असल्यामुळे टीमने फक्त आपलंच ऐकावं अशी त्यांची अपेक्षा असते. म्हणूनच त्यांना कोचिंग देणं हा काहीसा

गुळमुळीत, सौम्य दृष्टिकोन आहे असं वाटतं. त्याचा वापर केला तर आपला अधिकार आपण गमावून बसू अशी भीतीही त्यांना वाटते.

म्हणून अगदी त्यांनी कोचिंगचा दृष्टिकोन स्वीकारून तो वापरण्यास सुरुवात केली तरी लवकरच त्यांचा संयम संपुष्टात येतो. त्यानंतर पुन्हा एकदा लवकरच ते निर्देश देण्याच्या त्यांच्या पूर्वीच्या दृष्टिकोनाकडे वळतात. अखेरीस पुन्हा एकदा ते अधिकारवाणीने वागू लागतात. त्यांना कोचिंगचा दृष्टिकोन खूपच सौम्य आणि त्याबरोबरच वेळखाऊ वाटतो. अशा दृष्टिकोनाचा वापर करण्यासाठी आपल्याकडे वेळ आणि संयम नाही, असं त्यांना वाटतं.

कोचिंगच्या दृष्टिकोनातून काम करण्यास सुरुवात केलेल्या नेत्यांच्या मनात कोचिंगच्या बाबतीत असा स्वाभाविक विरोध असतो. बहुतेक नेत्यांना असं वाटतं की, ते कामांमध्ये खूपच व्यग्र असतात आणि त्यामुळे कोचिंगचा दृष्टिकोन वापरून काम केल्यामुळे त्यांच्या वेळेचा उत्तम उपयोग केला जाणार नाही.

हार्वर्ड बिझनेस रिव्ह्यूच्या २०००च्या अंकात डॅनियल गोलेमनने केलेला नेतृत्वशैलींचा अभ्यास प्रसिद्ध झाला आहे. त्यात नेत्यांनी कोचिंगच्या नेतृत्वशैलीला सगळ्यात अखेरचं प्राधान्य दिलं होतं. त्यांना ती बिलकूल आवडत नव्हती. लोकांना कोचिंग देण्याचं मंद आणि किचकट काम करण्यात त्यांना स्वारस्य नसल्याचं आणि त्यांच्या वाढीला मदत करण्यासाठी घालवण्याइतका वेळ त्यांच्याकडे नसल्याचं कारण त्यांनी सांगितलं होतं.

म्हणून यातला महत्त्वाचा मुद्दा असा आहे की, टीम सदस्यांनी काय करावं हे सांगून त्यांच्या कामगिरीचं व्यवस्थापन करणं नेत्यांना आवडतं. असं केल्यामुळे टीमच्या सदस्यांकडून अधिक चांगली उपाययोजना शोधण्याची संधी हिरावून घेतली जाते. शिवाय पुढच्या पातळीवरच्या नेत्यांमध्ये ते विकसित होत नाहीत. मात्र या त्रुटी असल्या तरी नेत्यांना टीमच्या सदस्यांची वाढ करण्याऐवजी आपल्या पूर्वीच्या पद्धतीनंच काम करायला आवडतं.

आपल्या पद्धतीने ठरावीक काळ काम केल्यानंतर काही काळ तरी कोचिंगच्या दृष्टिकोनाचा नियमित वापर करण्याची सवय नेत्यांनी लावून घेतली पाहिजे. असं केलं नाही तर, कोचिंगच्या दृष्टिकोनाचा वापर करून पाहिल्याशिवाय त्यांना कधीही हा दृष्टिकोन समजणार नाही आणि त्याची क्षमताही त्यांच्या लक्षात येणार नाही.

महत्त्वाचे मुद्दे

- 'कोचिंग' आणि सल्ला देणे या संज्ञा बहुतांश नेत्यांना गोंधळात टाकू शकतात.
- ज्यावेळी नेता फक्त सांगतो, त्यावेळी टीमचा सदस्य इतर कुठल्या तरी गोष्टीचा विचार करत असल्यामुळे नेत्याचे बोलणे लक्षपूर्वक ऐकत नसल्याची शक्यता असते.
- 'कोचिंग'ची क्षमता समजून घेण्यासाठी ठरावीक कालांतराने कोचिंगच्या दृष्टिकोनाचा सराव करण्याची सवय लावून घ्या.

या प्रकरणातील कोणत्या महत्त्वाच्या गोष्टी टिपून ठेवण्याची तुमची इच्छा आहे?

....

....

....

‘तुम्ही मला सांगितले तर मी ते विसरतो. मला शिकवले तर मी ते लक्षात ठेवतो आणि तुम्ही मला सहभागी करून घेतले, तर मी ते शिकतो.’

–बेंजामिन फ्रँकलिन

प्रकरण ८
'सांगणे' कमी प्रभावी ठरण्याची कारणे

'लीडर्स'ना असं वाटतं की, त्यांच्या टीमना त्यांनी स्पष्ट निर्देश आणि सूचना दिल्या तर त्या सूचनांचं पालन करण्यात टीमला कोणतीच अडचण असणार नाही आणि त्यामुळे अपेक्षित परिणाम मिळतील.

परंतु या 'सांगण्याच्या' दृष्टिकोनात नेमकी काय समस्या आहे ते आता पाहूया. वरवर पाहिल्यावर हा दृष्टिकोन जितका प्रभावी वाटतो तितका तो प्रत्यक्षात का प्रभावी ठरू शकत नाही याची दोन कारणं आहेत.

'एकाग्रतेने लक्ष देण्याचा कालावधी' दिवसेंदिवस कमी होत चालला आहे हे पहिलं कारण आहे. एका संशोधनानुसार, गेल्या दशकभरात व्यक्तीचा एखाद्या गोष्टीकडे लक्ष देण्याचा सरासरी कालावधी हा लक्षणीयरीत्या कमी होत गेला आहे.

युनिव्हर्सिटी ऑफ वॉशिंग्टन मेडिकल स्कूलचे रेण्वीय जीवशास्त्रज्ञ (मॉलेक्युलर बायॉलॉजिस्ट) जॉन मेडिना यांच्या अभ्यासानुसार आपल्या मेंदूमध्ये अंगभूत स्टॉप वॉच असतं आणि ते दहा मिनिटांनंतर आपोआपच थांबतं. त्यांनी असं म्हटलं आहे की :

'एखाद्याचं लक्ष वेधून घेण्यासाठी तुम्हाला फक्त काही सेकंदांचाच कालावधी पुरेसा असतो, परंतु त्या व्यक्तीचं लक्ष तुम्ही सलगपणे जास्तीत जास्त फक्त ९ मिनिटं ५९ सेकंदांपर्यंतच आपल्यावर खिळवून ठेवू शकता. त्यानंतर तुम्हाला पुन्हा त्या व्यक्तीचं लक्ष आपल्याकडे वेधून घ्यायचं असेल तर त्यासाठी तुम्हाला काहीतरी वेगळं करावंच लागतं.' याच्यातून असं दिसतं की, पहिल्या दहा मिनिटांतच सादरीकरणावरचं लोकांचं लक्ष उडतं.

यामुळेच सांगणं ही गोष्ट आपल्या अपेक्षेहून कमी प्रभावी ठरते. म्हणून तुम्ही सांगण्यास सुरुवात करता आणि तुमच्या सूचना देऊ लागता, त्यावेळी तुमच्या अपेक्षेहून कमी वेळातच तुमच्या टीमच्या सदस्यांचं लक्ष तुमच्या सूचनांऐवजी

दुसरीकडे वळतं. ते संमतिदर्शक माना डोलवत असले आणि त्यांच्या नजराही तुमच्यावरच खिळलेल्या असल्या तरी त्यांची मने इतरत्र भरकटलेली असतात. त्यानंतर तुम्ही जे काही सांगता किंवा बोलता त्याची नोंद त्यांच्या मनात होत नाही.

विविध अभ्यासांमधून असं स्पष्ट झालं आहे की, तुम्ही आज ऐकलेलीच सगळी माहिती तीन दिवसांनंतर पुन्हा ऐकली तर त्यांपैकी फक्त दहा टक्के माहितीच आपण आधीही ऐकली असल्याचं तुम्हाला आठवतं. झेड पिढीचा लक्ष देण्याचा कालावधी हा आणखीच कमी आहे. मोबाईल आणि इंटरनेटसारखी साधने इतक्या प्रचंड प्रमाणात फोफावलेली असल्यामुळे ही गोष्ट अगदीच समजण्याजोगी आहे. अगदी समाजमाध्यमंसुद्धा (सोशल मीडिया) माहितीचे अल्पकालीन स्फोट घडवून आणण्यात आघाडीवर आहेत. 'यू ट्यूब,' 'शॉर्ट्स,' 'इन्टाग्राम,' 'रील्स' यांसारख्या साधनांचा त्यांच्यात समावेश होतो.

दुसरं कारण हे ऐकण्याच्या संदर्भातील आहे. आपण असं समजतो की, टीमचे सदस्य आपल्या सूचना ऐकत आहेत, परंतु ते इतर कोणत्या तरी गोष्टीचा विचार करत असतात. नेहमीच त्यांच्या मनात त्यांच्या कल्पना, उपाययोजना आणि योजना असतात. आपण त्यांना त्या संदर्भात न विचारल्यामुळे आपल्याला त्यांची जाणीव नसते.

आपण प्रश्न विचारतो, त्यावेळी आपल्या बोलण्यात आपण त्यांना सहभागी करून घेतो. अशा वेळी तुम्ही जे काही सांगत असता त्याच्याकडे दुर्लक्ष करणं कोणत्याही व्यक्तीला अवघड असतं. दुसरी गोष्ट म्हणजे तुम्ही प्रश्न विचारता त्यावेळी व्यक्तीचं मन त्या प्रश्नाच्या उत्तराचा विचार करण्यासाठी सक्रिय होतं. ही विचारप्रक्रियाच व्यक्तीला सक्रिय सहभागाकडे आणि चर्चेच्या विषयाकडे आपलं लक्ष वळवण्याकडे नेते.

तिसरी गोष्ट म्हणजे ज्यावेळी एखादी व्यक्ती प्रश्नाचं उत्तर देते, त्यावेळी तुम्हाला तिच्या विचाराची दिशा, कल्पना, चिंता आणि इतर कोणतेही मानसिक अडथळे समजतात. यामुळे संभाषणाचा पुढचा टप्पा अधिक अर्थपूर्ण आणि परस्पर सहभागी स्वरूपाचा होतो.

या दुहेरी संभाषणात नेता कोचिंगविषयक प्रश्न विचारतो. तो टीमच्या सदस्याच्या मनात त्याच्या निर्देशाविषयीची किंवा सूचनांविषयीची अधिक चांगली समज निर्माण करतो. कल्पनांची अधिक अर्थपूर्ण देवाण-घेवाण करण्यास प्रोत्साहन देतो आणि व्यक्ती-व्यक्तींमध्ये अधिक बळकट संबंध निर्माण करण्यासही उत्तेजन देतो. परिणामी, आणखी नावीन्यपूर्ण कल्पना पुढे येतात आणि प्रगती होते.

या दृष्टिकोनामुळे परस्पर-सहकार्याच्या वातावरणाची निर्मिती होते. त्याच्यातून सामुदायिकपणे समस्येची सोडवणूक केली जाते. तसेच भविष्याकरिता काही

दूरदृष्टीच्या उपाययोजना विकसित केल्या जातात. या पद्धतीमुळे व्यक्तींचं सक्षमीकरण होतं, शिवाय संस्थेलाही तिची उद्दिष्टं अधिक परिणामकारकतेने आणि सक्षमपणे साध्य करता येतात.

विचारण्याचे व ऐकण्याचे सामर्थ्य : 'फोर्ड'पासून 'फार्मट्रॅक'पर्यंतची कथा

माझ्या आतापर्यंतच्या वाटचालीत कोच म्हणून नेत्याची भूमिका पार पाडण्याचा भाग हा सर्वाधिक समाधानकारक होता. आज संशोधनातून असं सिद्ध झालं आहे की, या भूमिकेचा व्यक्तींच्या आणि टीमच्या कामगिरीवरही खूपच मोठा सकारात्मक परिणाम होतो.

मी १९९०मध्ये कारकिर्दीला सुरुवात केली. माझ्यावर सोपवण्यात आलेल्या पहिल्याच कामाचा भाग म्हणून मला एका उत्पादन ब्रँडमधील स्थित्यंतराचं व्यवस्थापन करायचं होतं. तो एक बहुराष्ट्रीय उत्पादनाचा ब्रँड होता, पण त्याला एका नवीन भारतीय ब्रँडमध्ये रूपांतरित करायचं होतं. त्यावेळी आम्ही फोर्ड ट्रॅक्टरची विक्री करत होतो. हे ट्रॅक्टर उत्तर भारतीय बाजारपेठांमध्ये खूपच लोकप्रिय होते. पंजाबमध्ये फोर्ड ब्रँड हा सामाजिक प्रतिष्ठेचं एक प्रतीक झाला होता.

त्यानंतर १९९५मध्ये फोर्डने जागतिक पातळीवर ट्रॅक्टरच्या व्यवसायातून अंग काढून घेतलं. त्यामुळे कंपनीला तिचं नावही बदलून नवीन नाव धारण करावं लागलं. फार्मट्रॅक हे तिचं नवीन ब्रँड नाव होतं. फोर्डचा रंग फिकट निळा होता, तर फार्मट्रॅक ब्रँडचा रंग गडद निळा होता.

उत्तर पंजाबमधील फोर्डच्या मजबूत बाजारपेठेत मी काम करत होतो. ब्रँडच्या नावात झालेल्या बदलाला तोंड देणं ही गोष्ट बाजारपेठांमधील डीलरच्या दृष्टीने खूपच अवघड होती, कारण फोर्डची प्रतिमा अतिशय उत्तम होती आणि त्या परिसरात ते ट्रॅक्टर मोठ्या प्रमाणात दिसतही होते. मला अजूनही आठवतं की, एके दिवशी मी अमृतसरमधील एका मोठ्या डीलरकडे गेलो होतो. नवीन नावाची जाहिरात करून त्याला बाजारात झटपट आघाडीवर आणण्यासाठी आम्हाला काय करता येईल यावर आम्ही चर्चा करत होतो. आम्ही जाहिरातींच्या अनेक पद्धतींवर चर्चा केली.

त्याच वेळी त्या डीलरच्या कर्मचाऱ्यांपैकी एकाने विचारलं की, "आपण जुन्या फोर्ड ट्रॅक्टरना फार्मट्रॅकचा गडद निळा रंग देऊ शकू का?"

आमच्या सगळ्यांच्याच दृष्टीने तो अचानकच शोध लागल्याचा, 'युरेका' चा क्षण होता. ती एक विलक्षण कल्पना असल्याचं दिसत होतं. आता त्याकरिता फोर्डच्या मालकांना ट्रॅक्टरना नवीन रंग देण्याची कल्पना पटवून देण्याची युक्ती शोधणं आणि रंग देण्यासाठी खर्चाची तरतूद करणं हे त्यानंतर आमच्या समोर असलेलं आव्हान होतं.

नवीन रंग देण्यासाठी किती खर्च येईल त्याचा आम्ही तिथल्या तिथे आकडेमोड करून अंदाज घेतला. त्या डीलरने यांपैकी थोडाफार खर्च सोसण्याचं मान्य केलं. सुट्या भागांच्या विभागाकडून रंगाच्या खर्चाची तरतूद करणं शक्य असल्याचं आमच्या लक्षात आलं.

त्यानंतर गेल्या ५-७ वर्षांत फोर्ड खरेदी केलेल्या लोकांना भेटायचं असं आम्ही ठरवलं. त्यांच्या गाड्यांचा रंग काही प्रमाणात उडालेला होता. आम्ही त्यांना नवीन रंग देण्याचा प्रस्ताव दिल्यानंतर त्यांनी तो लगेच मान्य केला. आता त्यांचे ट्रॅक्टर नवीन फार्मट्रॅक ट्रॅक्टरमध्ये रूपांतरित होणार होते आणि त्यांनी ते मान्य केलं होतं.

ट्रॅक्टरना रंग देण्यात हातखंडा असलेल्या रंगांच्या स्थानिक दुकानाशी आम्ही सहकार्य करार केला. त्यानंतर दोन महिन्यांच्या आतच आम्ही ३००हून अधिक ट्रॅक्टरना रंग देण्याचं आणि अर्थातच त्यांचं फोर्डमधून फार्मट्रॅकमध्ये रूपांतर करण्याचं काम पूर्ण केलं.

अशा प्रकारे पाहता पाहता बाजारपेठेत मोठ्या प्रमाणात फार्मट्रॅक दिसू लागले. त्यामुळे ब्रँडच्या नावातील बदलामुळे विक्रीत घट होण्याऐवजी प्रत्यक्षात ब्रँडच्या नावात बदल झाल्यामुळे आमच्या विक्रीत वाढ झाली.

विचारणं आणि ऐकणं याची हीच ताकद आहे. तुम्ही उचित प्रश्न विचारले तर तुम्हाला आश्चर्य वाटण्याइतपत उत्कृष्ट उत्तरं मिळतात.

महत्त्वाचे मुद्दे

- 'सांगणे' ही गोष्ट अपेक्षेहून कमी प्रभावी असते. टीमचे सदस्य लक्षपूर्वक ऐकत असल्याचे वाटत असले तरी त्यांचे लक्ष बहुतेक वेळा इतरत्र भरकटलेले असते. त्यामुळे तुमचा संदेश ते पूर्णपणे ग्रहण करू शकत नाहीत.
- परिणामकारक संवादात सक्रियपणे ऐकण्याचा समावेश होतो. नेहमीच आपल्याला असे वाटते की आपण देत असलेल्या सूचना टीमचे सदस्य लक्ष देऊन ऐकत आहेत. परंतु ते आपल्या स्वतःच्या विचारांमध्ये किंवा कल्पनांमध्ये बुडून गेलेले असतात.
- ज्यावेळी तुम्ही प्रश्न विचारता त्यावेळी तुम्ही त्या व्यक्तीला त्या प्रश्नाच्या उत्तराचा सक्रिय विचार करण्यास प्रवृत्त करता. अशा प्रकारे सुरू असलेल्या चर्चेवर तिला लक्ष एकाग्र करावेच लागते.

या प्रकरणातून तुम्हाला शिकायला मिळालेल्या कोणत्या गोष्टींची नोंद करायला तुम्हाला आवडेल?

....

....

....

....

....

....

‘लीडर देत असलेल्या उत्तरांवरून नव्हे, तर विचारत असलेल्या प्रश्नांवरून त्याची गुणवत्ता जोखणे शक्य होते.’

– सायमन सिनेक

प्रकरण ९

‘का’पासून ‘काय’पर्यंतचा प्रवास

‘लीडर देत असलेल्या उत्तरांवरून नव्हे, तर विचारत असलेल्या प्रश्नांवरून त्याची गुणवत्ता जोखणं शक्य होतं.’ ‘स्टार्ट विथ व्हाय’ या उत्तम खपाच्या पुस्तकाचा लेखक सायमन सिनेकचं हे विलक्षण सुंदर अवतरण (कोट) मी वापरलं असलं तरीही ‘का’पासून ‘काय’पर्यंत जाण्यामागचं कारण मी इथे तुम्हाला सांगणार आहे.

आपल्या व्यवसायाच्या, आपल्या संस्थेच्या किंवा आपल्या जीवनाच्या उद्दिष्टाविषयी स्वतःला प्रश्न विचारायचा असेल तर, ‘का’ या शब्दाचा समावेश असलेला प्रश्न चांगला असू शकतो. ज्यावेळी आपण ‘का’चा समावेश असलेला प्रश्न इतरांना आणि विशेषतः आपल्या कनिष्ठ अधिकाऱ्याला किंवा टीमच्या सदस्याला विचारतो, त्यावेळी तो खूपच वैयक्तिक स्वरूपाचा वाटू शकतो. आपण त्या व्यक्तीच्या सक्षमतेविषयी प्रश्न विचारत असल्याचा अर्थ त्याच्यातून ध्वनीत होऊ शकतो.

उदाहरणार्थ, तुम्ही तुमचं लक्ष्य (टार्गेट) का पूर्ण करू शकला नाहीत?

ज्यावेळी व्यवसायाला उतरती कळा लागलेली असते किंवा ज्यावेळी टीमच्या एखाद्या सदस्याला अपेक्षित परिणाम मिळवून देता आलेले नसतात, त्यावेळी कामगिरी का खालावली त्याचं कारण शोधणं ही पुढची पायरी असते. अशा वेळी सहसा पुढीलप्रमाणे प्रश्न विचारण्याकडे कल असतो :

‘हे का झालं नाही?’ ‘तुम्ही अमुक किंवा तमुक गोष्ट का केली नाही?’

सहसा असे प्रश्न विचारले गेले तर संबंधित टीम सदस्यावर किंवा काही वेळा संपूर्ण टीमवरच दोषारोप केल्यासारखं वाटू शकतं. अशा वेळी संपूर्ण संभाषणाची गाडीच रुळावरून घसरल्यासारखं वाटतं. त्यामुळे प्रत्येक जणच ‘दोषारोपाची चौकट’ या नावाने ओळखल्या जाणाऱ्या चौकटीच्या विचारांत अडकून पडतो.

आपण या दोषारोपाच्या चौकटीत घसरलो रे घसरलो की आपण दोष शोधू

लागतो आणि चुका दाखवून देऊ लागतो. टीमच्या ज्या सदस्याला हा प्रश्न विचारला जातो तोही बचावाच्या पवित्र्यात जातो आणि मिळालेल्या परिणामांचा दोष तो बाह्य घटकांवर किंवा कंपनीच्या धोरणांवर ढकलतो. ही गोष्ट आढावा सत्रात किंवा टीमच्या बैठकांमध्ये घडू शकते.

यावेळी पुढीलप्रमाणे संभाषण घडू शकते :

वरिष्ठ : टार्गेट पूर्ण झालेलं नाही आणि अर्थातच त्यामुळे आपल्याला मिळालेल्या परिणामात घसरण झाल्याचं दिसतंय. टार्गेट का पूर्ण झालं नाही ?

टीमचे सदस्य : तुम्हाला माहीत आहे त्याप्रमाणे बाजार घसरलाय. मंदी सुरू आहे. आपल्या स्पर्धकांची कामगिरीही चांगली झालेली नाही. आम्ही अगदी निकराचे प्रयत्न केले, परंतु बाह्य परिस्थिती आपल्याला अनुकूल नव्हत्या. मुख्यालयाकडून आम्हाला आवश्यक असलेला पुरेसा निधी आणि पाठबळही मिळालं नाही.

वरिष्ठ : मला कोणतीही कारणं आणि सबबी ऐकायच्या नाहीत. शक्य तितक्या लवकर ही तूट भरून काढली जाईल असं बघा.

या संभाषणाचा विचार केला तर आपल्याला स्पष्टपणे असं दिसतं की, ते सकारात्मक दिशेला जाण्याची फारशी शक्यताच नाही. या बैठकीच्या अखेरीला वरिष्ठ आणि टीमचे सदस्य असे दोघंही संतप्त आणि खिन्न असतात. याशिवाय आणखी एक गोष्ट म्हणजे दोघांच्यापैकी एकाकडेही खरोखरची उपाययोजना नसते.

आता या संभाषणामधील ध्वनित अर्थ काय आहे ते पाहूया. ज्यावेळी वरिष्ठ अधिकारी 'का' चा वापर करून प्रश्न विचारतो, त्यावेळी टीमच्या सदस्यांच्या क्षमतेविषयी प्रश्न उपस्थित करण्यात आला आहे असा त्याचा अर्थ असतो. त्यामुळे टीमचा सदस्य तत्काळ बचावाच्या पवित्र्यात जातो. म्हणून लक्ष्यपूर्ती न झाल्याच्या मुख्य कारणाकडे न पाहता इथे अपयशाचं खापर बाह्य वातावरणावर आणि संसाधनांच्या कमतरतेवर फोडलं जातं.

आता वरिष्ठ आणि टीमचे सदस्य यांच्यातील वर दिलेल्या चर्चेत बदल करूया. आता या प्रश्नांमध्ये 'का' ऐवजी 'काय' चा वापर केला जाईल.

ज्यावेळी तोच प्रश्न 'का' ऐवजी 'काय' चा वापर करून विचारला जाईल, त्यावेळी त्याचा रोख व्यक्तीऐवजी कारणावर असेल. 'काय' चा वापर असलेले प्रश्न विचारले जाणं हे कोचिंग देणारा नेता असल्याचं स्पष्ट लक्षण असतं. अशा प्रश्नांमुळे टीमचे सदस्य स्वतःचा बचाव करण्यापेक्षा कारण शोधण्याकडे वळतात.

आता वर दिलेलं संभाषण पुढीलप्रमाणे घडतं :

वरिष्ठ : आपल्याला टार्गेट वेळेवर पूर्ण करता आलं नाही, त्याचं काय कारण असावं असं तुम्हाला वाटतं?

टीमचा सदस्य : बाजारपेठ प्रतिकूल असेल याचा आपल्याला अंदाज आला नाही आणि त्यामुळे बाजारातील घसरणीच्या वेळी आपल्याला त्यानुसार उपाययोजना करण्यासाठी तयारी करता आली नाही, असं मला वाटतं.

वरिष्ठ : आता हा तोटा भरून काढण्यासाठी आपल्याला काय करता येईल, असं तुम्हाला वाटतं? तुमच्या अंदाजाप्रमाणे संपूर्ण तोटा भरून काढण्यास किती वेळ लागेल?

या संभाषणामुळे वरिष्ठाला आणि टीमच्या सदस्याला महत्त्वाच्या समस्या समजून घेता येतात आणि त्यावरच्या उपाययोजना शोधता येतात. तसेच सकारात्मक परिणामाकडे किंवा फलिताकडे नेणारे उपायही शोधता येतात. त्यामुळे ते दोघंही अधिक सुज्ञ आणि अधिक सक्षम होतात. यामुळे टीमच्या सदस्यांना लक्ष्यपूर्ती न केल्यामागची कारणं शोधण्यास मदत होते. यालाच काही वेळा 'निष्पत्तीची किंवा परिणामाची चौकट' म्हणतात.

पुढील दृश्याचा विचार करा

तुम्ही उत्तम प्रयत्न करूनही तुम्हाला एखाद्या महिन्यात प्रतिकूलतांना तोंड द्यावं लागलं असेल आणि त्यामुळे तुमचा तो महिना अगदीच खराब गेला असेल. तुम्हाला लक्ष्यपूर्ती करता आली नसेल किंवा दिलेल्या अंतिम मुदतीपर्यंत काम करता आलं नसेल, म्हणजेच 'डेडलाईन' पाळता आली नसेल. अशा परिस्थितीत, परिणामांचा आढावा घेण्यासाठी तुम्हाला तुमच्या वरिष्ठाला भेटावंच लागलं असेल.

आता क्षणभरासाठी डोळे बंद करा आणि तुम्ही वरिष्ठाच्या केबिनमध्ये प्रवेश करत असल्याची कल्पना करा.

तुमचा वरिष्ठ तुम्हाला पुढील प्रश्न विचारतोः

प्रश्न : टार्गेट का पूर्ण करता आले नाही?

हा प्रश्न ऐकल्यानंतर तुमच्या मनात काय येतं? तुमचे विचार आणि अशा वेळी तुम्ही कोणता प्रतिसाद देण्याची जास्तीत जास्त शक्यता असेल तो तुमचा प्रतिसाद पुढे देण्यात आलेल्या चौकटीत लिहून काढा.

तुमच्या विचारांची मांडणी करताना पुढील प्रश्न विचारात घ्या

- हा प्रश्न ऐकल्यानंतर तुम्हाला काय वाटलं?
- या प्रश्नामुळे तुम्ही अस्वस्थ झालात का?
- त्यामुळे तुम्ही बचावाच्या भूमिकेत शिरलात का?
- हा प्रश्न काहीसा वैयक्तिक स्वरूपाचा वाटला का? लक्ष्य पूर्ण करण्यासाठी तुम्ही पुरेसे प्रयत्न केले नाहीत असा दोषारोप तुमचा वरिष्ठ तुमच्यावर करत असल्यासारखं वाटलं का?
- तुमच्या वरिष्ठाला तुम्ही फारसे सक्षम नाही किंवा तुम्ही शक्य तितके उत्तम प्रयत्न केले नाहीत असं वाटत आहे, असं तुम्हाला वाटलं का?
- तुम्हाला तुमच्या वेळेचं किंवा जबाबदारीचं वगैरे गोष्टींचं व्यवस्थापन करता येत नाही असं तुमच्या वरिष्ठाला वाटत आहे, असं तुम्हाला वाटलं का?

अशा वेळी तुमच्या वरिष्ठाच्या प्रश्नाला तुम्ही बचावात्मक पवित्र्यातूनच उत्तर देण्याची दाट शक्यता असते. तुम्ही उत्तम प्रयत्न केले, परंतु बाह्य परिस्थिती पुरेशा पाठबळ देणाऱ्या नव्हत्या हे सिद्ध करण्याची तुमची इच्छा असेल. आखलेल्या योजनेनुसार काम करण्यास तुम्हाला पुरेसं पाठबळ मिळालं नाही हे स्पष्ट करण्याची तुमची इच्छा असू शकेल.

म्हणून तुम्ही बचावाची फळी तयार करू लागाल. तुमच्या टीमभोवती आणि तुमच्याभोवती तुम्ही एक प्रकारची संरक्षक भिंत बांधू लागाल. अशा परिस्थितीतून फलदायक परिणाम मिळू शकतील असं तुम्हाला वाटतं का? अशा चर्चेतून काही

नवीन कल्पना आणि उपाययोजना समोर येतील का? बहुधा नाहीच.

आता पुन्हा एकदा त्याच दृश्याकडे परत जाऊया. यावेळी तुम्ही वरिष्ठाच्या केबिनमध्ये प्रवेश केल्यावर तो तुम्हाला पुढील प्रश्न विचारत असल्याची कल्पना कराः

तुम्हाला टार्गेट पूर्ण करता आले नाही त्याचे काय कारण होते?

आता हा प्रश्न ऐकल्यानंतर तुमच्या मनात काय विचार येतील? तुमचे विचार आणि तुम्ही त्यावेळी जो प्रतिसाद देण्याची सर्वाधिक शक्यता आहे असं तुम्हाला वाटेल तो प्रतिसाद पुढे दिलेल्या चौकटीत लिहा.

यावेळी कशावर रोख आहे, असं तुम्हाला वाटेल?

उत्तर अगदीच स्पष्ट आहे. यावेळी वरिष्ठाच्या प्रश्नाचा रोख **व्यक्तीवर नव्हे** तर **कारणावर आहे** असं तुम्हाला वाटेल.

अशा वेळी लक्ष्य का पूर्ण करता आलं नाही त्यामागच्या कारणांचा तुम्ही विचार कराल. नेमकी कोणती गोष्ट तुमच्याकडून निसटली, कोणती गोष्ट अधिक चांगल्या प्रकारे करता आली असती या गोष्टींचा विचार तुमच्या मनात येईल. अशा वेळी त्यानंतर होणारी चर्चा ही अधिक विधायक स्वरूपाची असेल. तिच्यात कारणांचा शोध घेतला जाईल आणि संभाव्य उपाययोजनांचा विचार केला जाईल. म्हणजेच ही चर्चा उपाययोजनांकडे वळेल.

'का' पासून 'काय' पर्यंतच्या बदलामुळे चर्चेचा संपूर्ण चेहरामोहराच कसा बदलून जातो त्याचं हे फक्त एक साधं उदाहरण आहे. याच्यातून प्रश्नांची आणि

ते विचारण्याच्या पद्धतीची ताकदही दिसून येते. दोषारोपाच्या चौकटीपासून परिणामाच्या चौकटीपर्यंतच्या बदलाचंही हे उदाहरण आहे.

ट्रॅक्टरच्या एका प्रख्यात ब्रँडकरिता १९९९मध्ये माझ्यावर उत्तर प्रदेशच्या पश्चिमेकडच्या बाजारपेठांचं व्यवस्थापन करण्याची जबाबदारी सोपवण्यात आली होती. ट्रॅक्टरच्या उद्योगात हा ब्रँड पाचव्या स्थानावर होता.

त्यावेळी मी तरुण होतो. साहजिकच माझ्या मनात पहिला प्रश्न असा आला की, आमचा ब्रँड बाजारपेठेत पहिल्या स्थानावर का नव्हता? त्या परिसरातील सगळ्यात मोठ्या डीलरला मी हा प्रश्न विचारल्यावर तो एकदम बचावाच्या पवित्र्यात गेला. त्याने कंपनीबरोबरच्या त्याच्या दीर्घकालीन संबंधांची प्रौढी मिरवली आणि उत्तर देण्यास चक्क नकार दिला. तो याबाबत विक्री उपाध्यक्षांशी चर्चा करेल, असं त्याने मला सांगितलं.

माझ्या पहिल्याच भेटीत मी चुकीच्या पद्धतीने प्रश्न विचारल्याचं माझ्या लक्षात आलं. अशा प्रकारे थेट टोकदार प्रश्न विचारणं ही सुरुवातीची उत्तम व्यूहरचना नाही हे मला जाणवलं. त्यानंतर प्रश्नाची धाटणी बदलून माझ्या टीमकडून मी याविषयीच्या अंतर्दृष्टी मिळवल्या.

मी त्यांना विचारलं, "आपण पहिल्या स्थानावर नसण्यामागे काय कारण असावं असं तुम्हाला वाटतं?"

विपणनाचे उपक्रम फारसे राबवले जात नव्हते आणि आम्ही 'वॉक इन इनक्वायरीज' वर नको इतका भरवसा ठेवला होता ही दोन कारणं मला सापडली. बाजारपेठेत वाढती स्पर्धा होती आणि स्पर्धकांच्या विक्रीच्या टीम ग्रामीण भागातील ग्राहकांना सक्रियपणे त्यांच्या उपक्रमांमध्ये सहभागी करून घेत होत्या. त्यामुळे आमच्यासाठी वॉक-इन इनक्वायरीजचं प्रमाण घटलं होतं.

यावर मात करण्यासाठी आम्ही बटाट्याच्या लागवडीच्या संदर्भात आमच्या उत्पादनाकडे असलेल्या ताकदीवर लक्ष केंद्रित केलं. बटाट्यांचं उत्पादन घेणाऱ्या प्रमुख परिसरांमध्ये ग्राम पातळीवरच्या बैठकांचं आयोजन केलं. या व्यूहरचनेत खेड्यांची यादी तयार करणं, यादीतील खेड्यांचं समूहांमध्ये विभाजन करणं आणि शेतकऱ्यांच्या बैठका घेणं व उत्पादनाची प्रात्यक्षिकं आयोजित करणं या गोष्टींचा समावेश होता. या सगळ्या गोष्टींमुळे या बाजारपेठांमधील आमच्या विक्रीत सुधारणा होण्यास मदत झाली.

आमच्या प्रयत्नांची दखल घेऊन मुख्यालयाने आम्हाला अतिरिक्त पाठबळ दिलं. विक्रीच्या उपक्रमांमध्ये आम्हाला मदत करण्यासाठी उत्पादन क्षेत्रातील टीमच्या काही सदस्यांना पाठवून देण्यात आलं. भाषेचा अडथळा असला तरी विस्तारित टीमने कष्टाने काम केलं आणि नावीन्यपूर्ण विपणन व्यूहरचनांची व क्षेत्रीय कामकाजाची अंमलबजावणी केली.

या प्रयत्नांना यश आलं. एका वर्षाच्या आत आम्ही बाजारातील पाचव्या स्थानावरून पहिल्या स्थानावर पोहोचलो. या यशामुळे आमच्या संचालकांनी आम्हाला भेट दिली. त्यानंतर भारतभरच्या प्रादेशिक व्यवस्थापकांना आम्ही आखलेल्या व्यूहरचनांची माहिती सांगण्यासाठी मला मुख्यालयात निमंत्रित करण्यात आलं.

मी दिलेल्या प्रेझेंटेशननंतर आमच्या संचालकांनी अशी टिप्पणी केली की, “ग्रेवाल, तुमची उंची आज दोन इंचांनी वाढली.” माझ्या कारकिर्दीतील तो एक अत्यंत संस्मरणीय क्षण होता.

म्हणून उचित प्रश्न विचारून आपल्याला मूलभूत कारणं समजू शकतात आणि एकदा ती समजल्यावर आपण एक टीम म्हणून यशस्वी होण्यासाठी आवश्यक असलेली पावलं उचलू शकतो.

महत्त्वाचे मुद्दे

- ज्यावेळी आपण 'का' चा समावेश असलेला प्रश्न विचारतो, त्यावेळी तो अगदीच वैयक्तिक स्वरूपाचा होऊ शकतो. अशा प्रश्नामुळे आपण त्या व्यक्तीच्या क्षमतेविषयी प्रश्नचिन्ह निर्माण करत आहोत असं वाटू शकतं.
- 'काय' चा वापर करून विचारलेल्या प्रश्नामुळे व्यक्तीपेक्षा कारणाकडे लक्ष वेधलं जातं.
- 'का' ला 'काय' मध्ये बदलल्यामुळे चर्चेचं संपूर्ण स्वरूपच बदलून जातं आणि चर्चेच्या सुरात 'दोषारोप चौकटीपासून' 'परिणाम चौकटीपर्यंत'चा बदल होतो.

या प्रकरणातील तुमच्या दृष्टीने सर्वात उपयुक्त भाग काय आहे?

....

....

....

....

....

....

‘मानांकने वरपासून खालपर्यंत लादली जाऊ नयेत, तर उत्पादन कर्मचाऱ्यांनी स्वतःच ती तयार केलेली असावीत.’

–ताईची ओहनो
(‘टोयोटा’ प्रॉडक्शन सिस्टिमचे जनक)

प्रकरण १०
'गेन्बा' : क्षेत्राभिमुख आणि वस्तुस्थितीभिमुख

खरा 'लीडर' इतर 'लीडर्स'चे प्रशिक्षण करतो आणि त्यांचा विकास करतो. भावी नेत्यांच्या वाढीला उत्तेजन देणाऱ्या संस्था भरभराटीला येतात आणि प्रज्ञावंतांना संस्थेच टिकवून ठेवतात. दुसरीकडे, ज्या संस्थेत टीमच्या नेतृत्व कौशल्यांचा विकास न करता फक्त त्यांना निर्देश आणि दिशा देत राहतात त्यांच्या करिअरची वाढ मर्यादित होते. त्यांच्या टीममध्ये नैराश्य येतं आणि कर्मचारी गळतीचं, ते बाहेर जाण्याचं प्रमाणही अधिक असतं.

दर वेळी एखादा नेता सूचना देत राहतो, त्यावेळी टीमचे सदस्य त्याच्यावर अवलंबून राहतात. यामुळे फक्त नेत्याच्या वेळेचा अपव्यय होतो, कारण त्याला प्रत्येक कृतीकरिता निर्देश द्यावे लागतात आणि त्यांच्यावर देखरेख ठेवावी लागते. शिवाय याबरोबरच प्रत्यक्ष कामाच्या ठिकाणच्या प्रत्यक्ष परिस्थितीवर, तिथल्या वास्तवावर आधारित अधिक उचित कृती करण्याच्या टीमच्या सदस्यांच्या क्षमतेला मर्यादा पडतात.

राज्य सरकारच्या अनुदानाच्या नियमांमध्ये तडकाफडकी बदल झाल्यामुळे पूर्व बाजारपेठेतील आमच्या विक्रीत अचानक घसरण झाली. त्यावेळी पहिल्यांदाच कोचिंगची ताकद माझ्या लक्षात आली. त्या बाजारपेठेतील आमची विक्री प्रचंड घसरल्यामुळे आम्ही विक्री पुन्हा वाढवण्यासाठी अक्षरशः संघर्ष करत होता. ही परिस्थिती हाताळण्यासाठी आणि आवश्यक आर्थिक परिणाम मिळवण्यासाठी कोणत्या उपाययोजना आखाव्यात यावर चर्चा करण्यासाठी आम्ही एक तातडीची बैठक बोलावली.

विक्रीच्या उलाढालीतील घट दूर करून विक्री पूर्ववत सुरळीत कशी करता येईल या संदर्भात मुख्यालयाच्या टीमने अनेक कल्पना मांडल्या. परंतु

त्यांच्यापैकी बहुतांश कल्पना या विक्रींच्या संख्येत वाढ करण्यास सुचवणाऱ्याच होत्या. अखेरीस आम्ही पूर्व विभागाच्या प्रादेशिक व्यवस्थापकांना त्यांचे विचार मांडण्यास सांगितलं. विक्रीच्या संख्येत वाढ होण्यासाठी नेमकं काय करता येईल या संदर्भात त्यांच्याकडे काही कल्पना होत्या का, ते आम्ही त्यांना विचारलं.

त्यांची सूचना ऐकून आम्ही आश्चर्यचकित झालो.

त्यांनी सांगितलं की, "कंपनी आणि डीलरचं पाठबळ यांच्या संयुक्त ताकदीतून आपण स्थानिक सरकारसारखेच लाभ देऊया. त्यामुळे ग्राहकांना तेच लाभ मिळतील आणि ते शांतपणे धोरणातील बदलाची वाट पाहू शकतील. ही वाट पाहताना त्यांच्या मनात कसलीच धाकधूक राहणार नाही."

इतक्या साध्या आणि प्रभावी उपाययोजनेचा विचार मुख्यालयातील आम्ही लोकांनी केला नव्हता. आम्ही या व्यूहरचनेची अंमलबजावणी केली आणि आश्चर्याची गोष्ट म्हणजे आमच्या नियोजनात आम्ही विक्रीवाढीचं जे उद्दिष्ट ठेवलं होतं, त्याहून अधिक विक्री झाली होती.

म्हणूनच प्रत्यक्ष कार्यस्थळावर काम करणाऱ्या टीमच्या सदस्यांकडे तिथल्या समस्यांची प्रत्यक्ष माहिती असते आणि त्यामुळेच ते उत्तम निर्णय घेऊ शकतात.

'गेन्बा'

गेन्बा (काही वेळा ते 'गेम्बा' किंवा 'गेमबा' असंही लिहिलं जातं.) ही एक विलक्षण उत्तम अशी जपानी संकल्पना आहे. तिचा अर्थ 'प्रत्यक्ष ठिकाण' असा आहे. ज्या ठिकाणी कामकाज किंवा एखादी कृती केली गेली असेल, ते ठिकाण किंवा स्थळ याचा या संज्ञेतून संदर्भ दिला जातो. हे स्थळ म्हणजे फॅक्टरीतील प्रत्यक्ष कामकाज चालत असलेल्या (फॅक्टरी फ्लोअर) ठिकाणापासून ते दुर्गम भागातील क्षेत्रीय स्थळापर्यंतचं कोणतंही ठिकाण असू शकेल.

'कोचिंग'च्या दृष्टीने ही संकल्पना अत्यंत महत्त्वाची आहे. प्रत्यक्ष कामकाजाच्या ठिकाणी असलेल्या व्यक्तींकडून बऱ्याचदा उत्तम निर्णय घेतले जातात, कारण अशा व्यक्तींना प्रत्यक्ष वस्तुस्थितीची थेट माहिती असते. त्यामुळे त्यांच्या समोरच्या आव्हानावर कोणती उपाययोजना उत्तम ठरू शकेल याचा ते उत्तम प्रकारे विचार करू शकतात. उचित प्रश्न विचारणं हाच या उपाययोजना शोधण्याकरिता त्यांना विचार करण्यास लावण्याचा उत्तम मार्ग असतो.

आपल्या नेत्याचा आपल्या क्षमतांवर विश्वास आहे आणि त्याला आपलं म्हणणं ऐकून घेण्यात स्वारस्य आहे, हे समजण्याहून इतर कोणत्याही गोष्टीने टीमच्या सदस्यांना अधिक प्रोत्साहन आणि प्रेरणा मिळत नाही. नेते म्हणून आपण प्रत्यक्ष कामकाजाच्या ठिकाणी असलेल्या टीमकडून मिळालेल्या माहितीची प्रशंसा करण्याची आणि उचित प्रश्न विचारून मिळणारी उत्तरं लक्षपूर्वक ऐकण्याची गरज असते.

इथे माझा एक वैयक्तिक अनुभव सांगतो.

पंजाबमधील २००१मध्ये लुधियाना या माझ्या मूळच्या गावी माझी बदली झाली. माझा आनंद गगनात मावेनासा झाला, कारण त्यामुळे माझ्या राज्याकरिता मला योगदान देता येणार होतं.

परंतु माझा आनंद अगदीच अल्पजीवी ठरला. मी पंजाबमध्ये गेल्यावर माझ्या लक्षात आलं की, व्यवसायाची तिथली परिस्थिती अगदीच नाऊमेद करणारी होती. तिथल्या बाजारातील आमच्या व्यवसायाचा वाटा पाच टक्क्यांहूनही कमी होता. पंजाबमध्ये विकल्या गेलेल्या बहुतांश ट्रॅक्टरची प्रत्यक्षात राजस्थानच्या बाजारपेठांमधील ब्रोकरकडून पुनर्विक्री केली जात होती, कारण राजस्थानमध्ये या ट्रॅक्टरना प्रचंड मागणी होती.

आमच्या टीमकडे आणि 'डीलर'कडे खूपच कमी पातळीची प्रेरणाशक्ती होती.

टीमच्या सदस्यांच्या चेहऱ्यांवर क्वचितच स्मित झळकत असे. 'डीलर' तर या उत्पादनांमुळे नाराज आणि अस्वस्थ होते, कारण पंजाबच्या बाजारपेठेसाठी हे उत्पादन योग्य नाही असं त्यांचं मत होतं.

दर वेळी आम्ही डीलरना त्यांच्या विक्रीच्या कामगिरीत सुधारणा करण्यास सांगितलं की त्यांच्यापैकी प्रत्येक जण लगेच उत्तर देत असे :

"तुम्ही माझ्यावरच का जबरदस्ती करत आहात? इतर कुठला डीलर चांगली विक्री करतोय ते तरी मला सांगा."

ती अतिशय बिकट, आव्हानात्मक आणि नैराश्यजनक परिस्थिती होती. काहीही करून पाहिलं तरी ते काम करत नव्हतं. पहिलं पाऊल म्हणून मला टीमचा उत्साह वाढवायचा होता. कारण टीमचे सदस्य या उदासवाण्या परिस्थितीमुळे दारुण निराश झाले होते. सातत्यपूर्ण निकृष्ट कामगिरींमुळे अनेक डीलर तक्रारी करत होते. टीमने कितीही सूचना केल्या तरी ते त्यांना भीक घालत नव्हते. त्यामुळे टीमचा आत्मविश्वास ढासळला होता. ते फक्त कार्यालयात फेऱ्या मारत होते. त्यांच्या चेहऱ्यांवर गंभीर आणि दुःखी भाव होते.

दैनंदिन कामाच्या रामरगाड्यातून त्यांची थोडीशी सुटका व्हावी म्हणून टीमबरोबर शहराबाहेरच्या एका रिझॉर्टमध्ये मी एका बैठकीचं आयोजन केलं. लुधियाना-जालंदर रस्त्यावरच्या एका छानशा रिझॉर्टमध्ये आम्ही गेलो.

टीम थोड्याशा निवांत मनःस्थितीत आल्यानंतर मी त्यांना विचारलं, "आपली विक्रीची परिस्थिती बदलण्यासाठी आपण काय करू शकू असं तुम्हाला वाटतं?"

त्यांच्यापैकी बहुतेक लोकांनी अनेक वर्षं पंजाबमध्ये काम केलं होतं. त्यामुळे इथे फारसं काही करण्यासारखं आहे असं त्यांना वाटत नव्हतं. ते आपोआपच त्या मनःस्थितीत शिरले होते. त्यांच्या मनात हताशेची भावना होती.

त्यांच्या एकूण देहबोलीतून मला उत्तर मिळालं होतं : 'आम्ही हर एक प्रकारे प्रयत्न करून पाहिले आहेत, पण कशाचाही उपयोग झालेला नाही.'

त्यांच्यापैकी एक कनिष्ठ सदस्य ट्रॅक्टरची प्रात्यक्षिकं दाखवण्याचं काम करत होता. नंतर तो माझ्याकडे आला आणि त्याने मला आमचे ट्रॅक्टर आणि अधिक अश्वशक्तीचे प्रतिस्पर्धी ट्रॅक्टर यांच्यात झालेल्या रस्सीखेचीच्या स्पर्धेचं चित्र दाखवलं. कमी अश्वशक्तीचं मानांकन असलेल्या आमच्या एका ट्रॅक्टरने एका प्रतिस्पर्धी ट्रॅक्टरला इतक्या जोरात खेचलं होतं की, तो समोरच्या बाजूने वर उचलला गेला होता. अर्थातच आमचा ट्रॅक्टर त्या स्पर्धेत जिंकला होता.

हे चित्र पाहून मी चकित झालो. आपण अशा आणखी स्पर्धा घेऊन जिंकू शकू का, असं मी त्याला विचारलं. त्याने होकार दिला. त्याचा आत्मविश्वास पाहून आम्ही पंजाबमधील दुसऱ्या ठिकाणी या उपक्रमाचं आयोजन करून काय परिणाम मिळतो ते पाहायचं असं ठरवलं.

आम्ही दक्षिण पंजाबमधील एका खेड्याची निवड केली. बाजारावर वर्चस्व असलेल्या स्पर्धक कंपनीच्या ट्रॅक्टरबरोबर स्पर्धा करून प्रात्यक्षिक दाखवण्यासाठी आम्ही तो कार्यक्रम आयोजित केला होता. त्या अधिक उच्च श्रेणीच्या स्पर्धकाबरोबरच्या स्पर्धेत लवकरच आमचा ट्रॅक्टर जिंकला. प्रात्यक्षिक दाखवणाऱ्या आमच्या टीमचा आत्मविश्वास प्रचंड वाढला.

मी या स्पर्धेचा व्हिडिओ काढत होतो. त्यावेळी त्या स्पर्धक कंपनीच्या हरलेल्या ट्रॅक्टरचा मालक संतप्त झाला. इतर काही लोकांसह तो धमकी देण्यासाठी तावातावाने माझ्याकडे आला. मी तत्काळ व्हिडिओ रेकॉर्डिंग थांबवावं, नाही तर तो माझा व्हिडिओ कॅमेरा फोडून टाकेल, अशी धमकी त्याने मला दिली. त्या काळात व्हिडओ कॅमेरे दुर्मीळ होते.

माझा कॅमेरा खराब व्हावा असं मला वाटत नव्हतं. म्हणून मी तत्काळ चित्रिकरण थांबवलं. (मात्र तरीही त्या स्पर्धेच्या काही व्हिडिओंबरोबरच आम्हाला धमकी देत असलेल्या त्या ग्राहकाचा व्हिडिओ काढल्यानंतरच आम्ही चित्रिकरण थांबवलं होतं.)

या घटनेनंतर लवकरच तिथे घडलेल्या या गोष्टीचं वृत्त शेजारच्या गावांमध्ये वाऱ्याच्या वेगाने पसरलं. त्यामुळे त्या उच्च अश्वशक्तीच्या ट्रॅक्टरसोबतच्या स्पर्धेत आमचा ट्रॅक्टर जिंकल्याचं अनेक लोकांना समजलं. साहजिकच आमच्या उत्पादनाला मोठी प्रसिद्धी मिळाली.

अशा प्रकारे आमच्या ट्रॅक्टरची जाहिरात करण्याची ही नामी युक्ती असल्याचं आमच्या लक्षात आलं. आम्ही या कृतीला 'खुलं आव्हान' असं नाव दिलं आणि राज्यभर अशा प्रकारची स्पर्धात्मक प्रात्यक्षिकं आयोजित करण्यास सुरुवात केली. लवकरच हा उपक्रम कमालीचा लोकप्रिय झाला. अगदी उच्च अश्वशक्तीच्या ट्रॅक्टरवरही मात करणारा ट्रॅक्टर बाजारात असल्याचं वृत्त लगेच सगळीकडे पसरलं.

यामुळे आमच्या ट्रॅक्टरना सकारात्मक प्रसिद्धी तर मिळालीच, पण त्याबरोबरच आमच्या टीमच्या सदस्यांना आणि डीलरनाही मोठाच आत्मविश्वास लाभला.

आमच्या विक्रीत वाढ होऊ लागली आणि लवकरच आमचा बाजारातील

वाटा पाच टक्क्यांवरून १२ टक्क्यांपर्यंत पोहोचला. पंजाबच्या बाजारात तोपर्यंत आमच्या ट्रॅक्टरने मिळवलेला तो सर्वोच्च हिस्सा होता. नंतरच्या काळात 'खुलं आव्हान' हा उपक्रम एक मानांकित उपक्रम म्हणून कंपनीने स्वीकारला आणि देशातील अनेक राज्यांमध्ये तो राबवला.

टीमच्या एका सदस्याने सांगितलेल्या एका कल्पनेने अशा प्रकारे राज्यातील आमच्या कामगिरीवर इतका मोठा परिणाम घडवून आणला होता. मी त्या कल्पनेकडे दुर्लक्ष केलं असतं तर कदाचित बाजारात यशस्वी होण्यासाठी आम्ही तसेच झगडत राहिलो असतो.

तुमच्या टीमचं म्हणणं ऐकून घेण्याची आणि ज्या ठिकाणी प्रत्यक्ष कामकाज चालतं तिथे उपस्थित असण्याचीही हीच ताकद असते.

महत्त्वाचे मुद्दे

- 'गेन्बा' किंवा 'गेनबा' ही जपानी संज्ञा आहे. 'प्रत्यक्ष ठिकाण किंवा स्थान' असा तिचा अर्थ आहे. ज्या ठिकाणी प्रत्यक्ष काम चालतं किंवा कृती केल्या जातात त्या ठिकाणाचा संदर्भ या संज्ञेतून दिला जातो.
- प्रत्यक्ष कामाच्या ठिकाणी काम करत असलेले कर्मचारी काही वेळा उत्तम निर्णय घेऊ शकतात, कारण त्यांना त्या ठिकाणचं वास्तव थेटपणे माहीत असतं.
- प्रत्यक्ष कामाच्या ठिकाणी असलेल्या टीमने दिलेल्या माहितीची लीडर म्हणून आपण प्रशंसा करण्याची गरज असते. उचित प्रश्न विचारा आणि लक्षपूर्वक ऐका.

या प्रकरणात तुमच्या दृष्टीने सर्वाधिक उपयुक्त माहिती काय आहे?

....

....

....

....

....

....

‘ज्या माहितीवर आपले विचार आधारित असतात, त्या माहितीच्या गुणवत्तेहून आपल्या विचाराची गुणवत्ता अधिक चांगली असू शकत नाही.’

– डॅनिअल काहनेमन

प्रकरण ११

अपुऱ्या माहितीवर आधारित निर्णय

नोबेल पारितोषिक विजेत्या डॅनियल कान्हेमन यांनी WYSIATI हे संक्षिप्त रूप तयार केलं. 'व्हॉट यू सी इज ऑल देअर इज' (तुम्हाला जे दिसतं, तेवढंच सगळं तिथे आहे असं तुम्हाला वाटतं.) असं सांगणाऱ्या वाक्याचं हे संक्षिप्त रूप आहे.

डॅनियल कान्हेमन हे इस्रायली-अमेरिकन मानसशास्त्रज्ञ होते. अंदाज बांधणं, निर्णयक्षमता आणि वर्तनात्मक अर्थशास्त्र या क्षेत्रांतील त्याच्या कामासाठी त्यांना ओळखलं जातं. त्याकरिताच २००२मध्ये त्यांना अर्थशास्त्राचं नोबेल पारितोषिक देण्यात आलं.

WYSIATI हा आकलनात्मक पूर्वग्रह आहे. 'थिंकिंग, फास्ट अँड स्लो' या त्यांच्या पुस्तकात त्यांनी आकलनात्मक पूर्वग्रहाचं वर्णन केलं आहे. निर्णय घेताना कशा प्रकारे अविवेकी वर्तन केलं जातं आणि त्याचं आपल्या दृष्टीने किती कमी महत्त्व असतं याचा अभ्यास या पुस्तकात करण्यात आला आहे.

संपूर्ण आवश्यक माहिती शोधण्याचा प्रयत्न न करता, आपण नेहमीच मर्यादित माहितीच्या आधारावर निर्णय घेतो. अशा वेळी आपली मने आपल्याला आधी जे माहीत असतं त्याचाच विचार करतात. आपली माहिती पूर्ण करण्यासाठी आपण तिच्यात फक्त आपल्या पूर्वग्रहांची आणि सर्वसामान्य निष्कर्षांची भर टाकतो.

ज्यावेळी पूर्वग्रहांच्या, सर्वसामान्य निष्कर्षांच्या आणि मर्यादित माहितीच्या पूर्वानुभवांच्या आधारावर निर्णय घेतले जातात, त्यावेळी ते तर्कशुद्ध वाटत असले तरी वस्तुस्थितीहून खूपच दूर असू शकतात.

काही वेळा नेते आपल्या टीमना कशा प्रकारे मार्गदर्शन करतात आणि सल्ला

देतात त्यालाही ही गोष्ट लागू होते. या नेत्यांचा असा सल्ला हा त्यांच्या पूर्वानुभवांवर किंवा त्यांनी परिस्थितींच्या केलेल्या मर्यादित मूल्यमापनावर आधारित असू शकतो.

उद्योग जगतात फक्त संक्षिप्त अहवालांच्या किंवा सादरीकरणांच्या (प्रेझेंटेशनच्या) आधारावर बरेचसे निर्णय घेतले जातात.

अनेक वेळा सादर करण्यात आलेली माहिती अपुरी असते आणि त्या अहवालात नसलेली बरीचशी माहिती बाहेर असू शकते. त्या गोष्टीची माहिती दिलेल्या टीमकडे अधिक माहिती असू शकते, परंतु टीमच्या सदस्यांना ती असंबद्ध किंवा अनुचित आहे असं वाटू शकतं किंवा त्यांच्याकडे सगळी माहिती देण्याइतपत पुरेसा वेळ नसतो.

उचित प्रश्न विचारल्याशिवाय ही माहिती कधीही समोर येत नाही. अशा वेळी अपुऱ्या माहितीच्या आधारावरच निर्णय घेतले जातात.

याच्यातून निर्णयप्रक्रियेचे दोन पैलू समोर येतात.

पूर्ण माहिती समजून घेण्यास मदत करणारे प्रश्न विचारणं हा एक पैलू असतो. दुसरा पैलू म्हणजे नेत्याकडे असलेल्या माहितीपेक्षा ही माहिती देणाऱ्या टीमच्या सदस्याकडे अधिक चांगला निर्णय घेण्यास उपयुक्त ठरणारी आणखीही बरीच माहिती असू शकते.

अशा वेळी आपण खुले प्रश्न विचारले नाहीत तर आपल्याला कधीच त्या माहितीच्या मागची, तिच्या पार्श्वभूमीवरची संपूर्ण माहिती समजू शकणार

नाही. मग आपण फक्त पूर्वग्रहांवर आधारित सल्ला आणि उपाययोजना देऊ शकू.

आम्ही अलीकडेच खंडाळ्याच्या नॉर्थ पॉइंट लर्निंग सेंटरमध्ये आमच्या टीमची बैठक घेतली. त्यांच्या स्वागतकक्षात एक मोठं चित्र टांगण्यात आलं आहे. त्याच्यावर उलटं प्रश्नचिन्ह दाखवण्यात आलं असून त्याखाली एक संदेश आहेः प्रश्न न विचारता कुठलंही उत्तर तसंच सोडून देऊ नका. म्हणजेच प्रत्येक उत्तराविषयी प्रश्न विचारा.

कोणतेही उत्तर प्रश्नाशिवाय नसतेच!

त्या संदेशामुळे माझी जिज्ञासा चाळवली गेली आणि त्याबरोबरच मला तो संदेश वाचून आनंदही झाला. या प्रकरणाचं सारच त्यात आलं आहे. या संदेशातून प्रश्न विचारण्याचं महत्त्व अधोरेखित करण्यात आलं आहे. आपण प्रश्न विचारण्यापासून परावृत्त झालो तर जी उत्तरं उघड करता आली असती त्या उत्तरांपासून आपण अनभिज्ञ राहू.

या चित्रामुळे माहिती आणि आकलन यांच्या पाठपुराव्यात प्रश्नांची काय भूमिका असते त्याची आठवण झाल्याशिवाय राहत नाही. प्रश्न विचारण्याचा संयम नसेल तर आपले दृष्टिकोन आणि निर्णय बदलू शकणाऱ्या माहितीच्या व अंतर्दृष्टींच्या संपदेचा शोध आपल्याला लागणार नाही.

म्हणून कायमच जिज्ञासा बाळगण्यास उत्तेजन देणं आणि उत्तरं शोधण्यापासून दूर न जाणं या गोष्टी हेच या प्रकरणाचं सार आहे. या प्रक्रियेतूनच प्रश्न

विचारणाऱ्यासाठी आणि उत्तर देणाऱ्यासाठीही विचार करण्याची व शिकण्याची संधी निर्माण होईल.

उचित प्रश्न विचारून आणि त्याच वेळी टीमच्या सदस्याला विचार करण्याची संधी देऊन सर्व सुसंगत माहिती उघड करण्याचं महत्त्व कोचच्या भूमिकेतील नेत्याला माहीत असतं.

असं करून नेतृत्व टीमच्या सदस्यांना चिकित्सकपणे विचार करण्यास प्रोत्साहन देते. तसंच त्यांना पूर्ण माहितीच्या आधारावर उपाययोजना शोधण्याची संधीही देतो. या आचरणामुळे वाढीच्या व विकासाच्या वातावरणाला प्रोत्साहन मिळतं आणि आपल्या संपूर्ण क्षमतेचा वापर करून घेण्यास टीमचे सदस्य सक्षम होतात.

महत्त्वाचे मुद्दे

- आपण नेहमीच आवश्यक वस्तुस्थिती गोळा करण्याचे कष्ट न घेता अत्यंत मर्यादित माहितीच्या आधारावर निर्णय घेतो.
- उचित प्रश्न विचारले गेले नाहीत तर कदाचित आपल्याला संपूर्ण माहिती कधीच उघड करता येणार नाही.
- मिळालेल्या माहितीमागची संपूर्ण माहिती उघडकीस आणण्यासाठी उचित प्रश्न विचारण्यातील ताकद 'कोच' म्हणून कार्य करणाऱ्या नेतृत्वाला समजलेली असते.

या प्रकरणातील कोणती माहिती सर्वात अधिक उपयुक्त आहे असे तुम्हाला वाटते ?

....

....

....

....

....

....

‘तुम्ही एखाद्या माणसाला मासा दिला तर तुम्ही त्या दिवसापुरते त्याला खाऊ घालता. पण जर तुम्ही त्याला मासेमारी कशी करावी हे शिकवले, तर तुम्ही आयुष्यभर त्याला खाऊ घालत राहता.’

– लाओ त्सु

प्रकरण १२

मार्गदर्शन, प्रतिनिधित्व आणि सक्षमीकरण

'तुम्ही एखाद्या माणसाला मासा दिला तर तुम्ही त्या दिवसापुरते त्याला खाऊ घालता. पण जर तुम्ही त्याला मासेमारी कशी करावी, हे शिकवले तर तुम्ही आयुष्यभर त्याला खाऊ घालत राहता.'

-लाओ त्सु

बहुधा हे नीतिवचन तुम्ही अनेक वेळा ऐकलं असेल. कोचिंगला हे वचन मोठ्या प्रमाणात लागू होतं. प्रत्येक कामाच्या बाबतीत निर्देश देणारे नेतृत्व त्याच्या टीमच्या सदस्यांना स्वतंत्र विचारांचा आणि कुठल्याही कामाचं स्वतंत्रपणे व्यवस्थापन

करण्यासाठी आवश्यक असलेल्या कौशल्यांचा विकास करण्याची संधी देत नाही.

कोचिंग म्हणजे काय हे समजून घेण्यासाठी 'मार्गदर्शन करणं', 'प्रतिनिधित्व देणं' आणि 'सक्षम करणं' यांच्यातील फरक समजून घेणं आवश्यक आहे.

मार्गदर्शन करणे

सहसा तांत्रिक व कामकाजाच्या क्षेत्रातील तज्ज्ञतेच्या आधारावर उद्योजकीय जगतातील प्रगतीची शिडी चढून गेलेल्या नेत्यांचा कल हा त्यांच्या टीमना सूचना देण्याकडे असतो. त्यांच्या तांत्रिक आणि कामकाजविषयक तज्ज्ञतेमुळे कोणतंही काम नेमकं कसं केलं पाहिजे हे टीमच्या सदस्यांना सांगण्याचा आणि नंतर ते काम पूर्ण व्हावं म्हणून त्यावर पर्यवेक्षण करण्याचा अधिकार आपल्याला निश्चितपणे आहे, असं त्यांना वाटतं.

अनेक क्रांतिकारक बदल न झालेल्या किंवा अज्ञात चलं नसलेल्या जगात अनेक वर्षं ही गोष्ट चालून गेली. त्यावेळी बदल अगदीच लहान होते आणि मानांकित कामकाज पद्धतींमधून अपेक्षित परिणाम मिळत होते.

VUCA (Volatility, Uncertainty, Complexity, and Ambiguity) (व्होलाटालिटी, अनसर्टन्टी, कॉम्प्लेक्सिटी अँड अँम्बिग्युटी) या संज्ञेने 'अस्थिरता', 'अनिश्चितता', 'गुंतागुंत' आणि 'अस्पष्टता' अशी आजच्या जगाची व्याख्या करता येईल.

BANI (Brittle, Anxious, Nonlinear, and Incomprehensible) (ब्रिटलनेस, अँक्सायटी, नॉन-लिनिअर आणि इनकॉम्प्रिहेन्सिबल) म्हणजे 'ठिसूळपणा', 'चिंताग्रस्त', 'अ-रेषीय' किंवा वेडंवाकडं आणि 'अनाकलनीय' या आणखी एका संज्ञेनेही त्याचं वर्णन करता येतं. डिजीटल स्थित्यंतरं आणि कोविड-१९ महासाथीसारख्या आपत्ती यांमुळे पूर्वी कधीही नव्हतं इतक्या झपाट्याने जग विकसित होत चाललं आहे. खरं म्हणजे त्याला अशा वेगाने विकसित व्हावंच लागत आहे. अशा प्रकारे अल्पावधीतच मानांकित कामकाजपद्धती कालबाह्य ठरत आहेत. त्या स्पर्धेमुळे मागे पडत आहेत. सध्याच्या काळात बाजारपेठा सातत्याने बदलत आहेत आणि त्यामुळेच प्रत्येक क्षेत्राला शिकत आणि नावीन्यपूर्ण कल्पना लढवत राहावंच लागत आहे.

व्यवसायांचा भौगोलिक विस्तार झाला की, टीमच्या सगळ्याच सदस्यांना

नेतृत्व निर्देश देऊ शकत नाही किंवा पर्यवेक्षण करू शकत नाही. त्याप्रमाणे सर्वच ठिकाणच्या लोकांनाही तो निर्देश देणं किंवा पर्यवेक्षण करणं या गोष्टी करू शकत नाही. साहजिकच, सदस्यांची व ठिकाणांची संख्या यांबाबतीत त्याला मर्यादा पडते. म्हणूनच निर्देश देणं आणि पर्यवेक्षण करणं या प्रकारच्या नेतृत्वशैलीमुळे संस्थेच्या वाढीला मर्यादा पडू शकते, कारण तिच्यामुळे टीमच्या निर्णय घेण्याच्या कौशल्यांना आणि विकासाला मर्यादा पडू शकते.

प्रतिनिधित्व देणे

प्रतिनिधित्व देणं हा नेतृत्वशैलीचा दुसरा प्रकार आहे. ठरलेल्या चौकटीत टीमला विशिष्ट कृती करण्याचा अधिकार देण्याचा तिच्यात समावेश होतो. कोणत्याही बदलांसाठी किंवा ठरावीक काळानंतर नियमितपणे घेतल्या जाणाऱ्या आढाव्यांसाठी टीम तिच्या नेत्याशी सल्लामसलत करू शकते. प्रतिनिधित्व देणं ही प्रभावी व्यवस्थापनशैली असू शकते, कारण तिच्यामुळे टीमच्या सदस्यांना कोणत्याही सातत्यपूर्ण विश्लेषणाशिवाय किंवा पर्यवेक्षणाशिवाय काम करण्याचं स्वातंत्र्य मिळतं.

मात्र बाजारपेठेच्या बदलत्या स्थितींचा किंवा नवीन आव्हानांचा विचार करता, मार्गदर्शनासाठी आणि दिशा देण्यासाठी टीमला त्यांच्या व्यवस्थापकांशी सल्लामसलत करण्याची गरज भासते.

अमेरिकन मानववंशशास्त्रज्ञ, नवमतवादी आणि लेखक जमैस कॅसिओ यांनी निर्माण केलेल्या BANI ही संकल्पनेतून असं सुचवलं जातं की, सध्याच्या जागतिक अरिष्टांमुळे निर्माण झालेल्या गुंतागुंतीच्या समस्या सोडवण्यासाठी पारंपरिक रेषीय विचारसरणी (लिनिअर थिंकिंग- समस्येची ठरावीक, तर्कनिष्ठ आणि टप्प्या-टप्प्याने सोडवणूक करण्याची पद्धत) उपयुक्त ठरत नाही. पर्यावरणात होत असलेले बदल, कोविडची महासाथ, जागतिक अस्थैर्य यांसारख्या गोष्टींचा जागतिक अरिष्टांमध्ये समावेश होतो.

या संकल्पनेमुळे अरेषीय आव्हाने सोडवण्यासाठी रेषीय पद्धतीपेक्षा नावीन्यपूर्ण विचारसरणी आणि दृष्टिकोन अधिक चांगले असल्याचं स्पष्ट होतं आणि म्हणून त्यांना उत्तेजन मिळतं. ही संकल्पना सातत्याने बदलत्या परिस्थितींचा अभ्यास करून त्यांच्याशी जुळवून घेण्यास व्यक्तींना आणि संस्थांना प्रोत्साहित करते.

अशा प्रकारे आपली क्षमता वाढवून या संस्था किंवा व्यक्ती गतिशील जगात स्वतःची भरभराट करून घेतात.

सक्षमीकरण

सक्षमीकरण ही तिसऱ्या प्रकारची नेतृत्वशैली आहे. फक्त विशिष्ट परिस्थितींमध्येच नव्हे, तर सातत्याने बदलत्या परिस्थितींमध्ये आणि नवनवीन आव्हाने समोर येत असताना सुसंगत निर्णय घेण्याकरिता टीमच्या क्षमतांची उभारणी करण्याचा सक्षमीकरणात समावेश होतो.

या प्रकारच्या नेतृत्वात टीमच्या निर्णयांविषयी आदर बाळगण्याचा आणि टीमला अपयशाची भीती न बाळगता पुढे जाण्याचा आत्मविश्वास देण्याचा समावेश होतो.

तुम्हाला तुमच्या टीमचं सक्षमीकरण करायचं असेल तर तुम्ही तिला निर्देश देण्याऐवजी नेहमीच आधार दिला पाहिजे. याचा अर्थ टीमला आपल्या निर्णयक्षमतेच्या कौशल्याचं पोषण करता यावं यासाठी तिला अध्ययनाच्या संधी दिल्या पाहिजेत. टीमच्या सदस्यांना विचारपूर्वक उत्तम उपाययोजना मांडता याव्यात यासाठी त्यांना त्यांच्याकडे असलेल्या पर्यायांचं मूल्यमापन करण्याची,

निर्णय घेण्याची आणि कृतींची अंमलबजावणी करण्याची संधी देणं हाच सक्षमीकरणाचा सर्वांगीण अर्थ आहे.

सक्षम टीम ही नेहमीच कोणतेही उपक्रम राबवणं, आत्मविश्वास मिळवणं आणि परिणामांची जबाबदारी घेणं या बाबतीत अधिक चपळ आणि उत्साही असेल.

कोचिंग विरुद्ध सल्ला देणे

कोचिंगची नेहमीच सल्ला देण्याशी गल्लत केली जाते. परंतु या दोहोंमध्ये काही महत्त्वाचे फरक आहेत.

कोचिंगमध्ये नेहमीच एखाद्याला प्रस्थापित तत्त्वांच्या आधारावर मार्गदर्शन करण्याचा समावेश असतो. सल्लागार हा सहसा एखाद्या विषयतील तज्ज्ञ असतो. तो ज्ञान देण्याच्या हेतूने टीमच्या कमी अनुभवी सदस्याला त्याच्याकडचं ज्ञान देतो. माहितीचं हस्तांतरण करणं हा सल्लागाराचा मुख्य हेतू असतो. परंतु टीमचा सदस्य किती लक्षपूर्वक ते ऐकतो आणि ती माहिती ग्रहण करतो किंवा आपल्या मनात साठवून ठेवतो यावरच सल्ला देण्याची परिणामकारकता अवलंबून असते.

गोष्टी कशा कराव्यात हे सांगणाऱ्या माहितीचं हस्तांतरण करण्याचा हा निष्क्रिय किंवा उदासिन मार्ग आहे. त्याच्यातून माहिती ऐकणाऱ्याला प्रेरणा किंवा त्याला प्रोत्साहनही मिळत नाही. याशिवाय ती माहिती भूतकाळातील अनुभवांवर आधारित असू शकते आणि त्यामुळे सातत्याने बदलत राहणाऱ्या वातावरणात ती सुसंगत न ठरण्याची शक्यताही असते. तत्कालीन वास्तव पूर्णपणे भिन्न असण्याची शक्यता असते.

अशा प्रकारे सल्ला देण्याच्या दृष्टिकोनातील समस्या अशी असते की, हा दृष्टिकोन प्रागतिक विचारसरणीकडे नेत नाही. टीम जुन्या काळातील उपाययोजनांच्या साहाय्याने नवीन काळातील समस्या सोडवण्याचे प्रयत्न करत राहतात.

दुसरीकडे, कोचिंग ही उचित प्रश्न विचारण्याची, लक्षपूर्वक ऐकण्याची कृती असते. तिच्यात व्यक्तीला विचार करण्याची, शोध घेण्याची, मूल्यमापन करण्याची आणि कल्पना व उपाययोजना स्वतंत्रपणे निर्माण करण्याची संधी दिली जाते.

कोचिंगची प्रक्रिया ही व्यक्तीच्या मनाचा विस्तार करण्यास, मनाला व्यापक

करण्यास मदत करते. ज्याप्रमाणे एखादी छत्री उघडली गेल्यावर तिच्याखाली मोठा भाग येतो, तसंच हे असतं. यामुळे आपल्या नेहमीच्या व्याप्तीच्या पलीकडे जाऊन कल्पना निर्माण करण्याची आणि संकल्पना समजून घेण्याची क्षमता प्राप्त होते. कोचिंगमुळे व्यक्तीला अध्ययनाला आणि विकासाला उत्तेजन देऊन आव्हानात्मक परिस्थितीतून स्वतंत्रपणे मार्ग काढण्यास शिकवलं जातं. हा दृष्टिकोन कोचिंग देण्यात आलेल्या टीमच्या सदस्याला ताकद मिळवून देणारा आणि प्रेरणादायक असतो.

सर जॉन व्हिटमोर हा चांगली कामगिरी करण्याकरिता कोचिंग देण्याच्या पद्धतीचा संस्थापक आहे.

'कोचिंग फॉर परफॉर्मन्सः द प्रिन्सिपल्स अँड प्रॅक्टिस ऑफ कोचिंग अँड लिडरशिप' या आपल्या पुस्तकात तो असं लिहितो कीः

'आपल्या स्वतःच्या कामगिरीला कमाल मर्यादेपर्यंत नेण्याकरिता लोकांच्या क्षमता खुल्या करणं म्हणजे कोचिंग होय.'

नेते ज्यावेळी प्रत्यक्षात सल्ला देत असतात त्यावेळी त्यांना आपण कोचिंग देत आहोत असं वाटणं ही अगदीच सर्वसामान्य बाब आहे. बहुतांश नेत्यांना त्यांच्या दैनंदिन कामकाजात 'सांगण्याची' सवय असते हे याचं कारण आहे. सल्ला देणं, निर्देशन करणं आणि अधिकाराचं प्रदर्शन करणं ही त्यांची नेहमीची पद्धत असते. टीमच्या सदस्यांना प्रशिक्षण देऊन त्यांना विकसित करण्यासाठी आवश्यक असलेला वेळ घालवण्याइतका संयम त्यांच्याकडे नसतो.

महत्त्वाचे मुद्दे

- प्रत्येक कामासाठी फक्त सूचना देणारे नेतृत्व टीमच्या सदस्यांना स्वतंत्र विचार करण्यास आणि त्यांनी स्वतःच त्यांच्या कामांचं व्यवस्थापन करण्यास परवानगी देत नाही.
- तुमच्या टीमचं सक्षमीकरण करण्यासाठी तुम्ही त्यांना निर्देश देण्याऐवजी त्यांना आधार देणं आवश्यक असतं.
- कोचिंगची प्रक्रिया व्यक्तीच्या मनाला एखाद्या छत्रीप्रमाणे व्यापक करू शकते. अशा मनामुळे अध्ययनाला आणि विकासाला चालना मिळते.

तुमच्या दृष्टीने या प्रकरणाचा कोणता भाग सर्वाधिक उपयुक्त आहे?

....

....

....

....

....

....

‘तुम्ही बोलता त्यावेळी तुम्हाला आधी जे माहीत असते त्याची तुम्ही पुनरुक्ती करता. परंतु ज्यावेळी तुम्ही ऐकता त्यावेळी तुम्ही काहीतरी नवीन ऐकण्याची शक्यता असते.’

– दलाई लामा

प्रकरण १३
कोचिंगचे 'ग्रो मॉडेल'

सर जॉन व्हिटमोर आणि त्यांच्या सहकाऱ्यांनी १९८०मध्ये GROW - 'ग्रो' हे मॉडेल विकसित केलं आणि 'कोचिंग फॉर द परफॉर्मन्स' या १९९२च्या पुस्तकातून ते सर्वांसमोर आणलं.

'ग्रो मॉडेल' नेहमीच कोचिंगच्या सत्रासाठी असामान्य चौकट देतं. आजच्या जगातील हे एक प्रसिद्ध मॉडेल आहे.

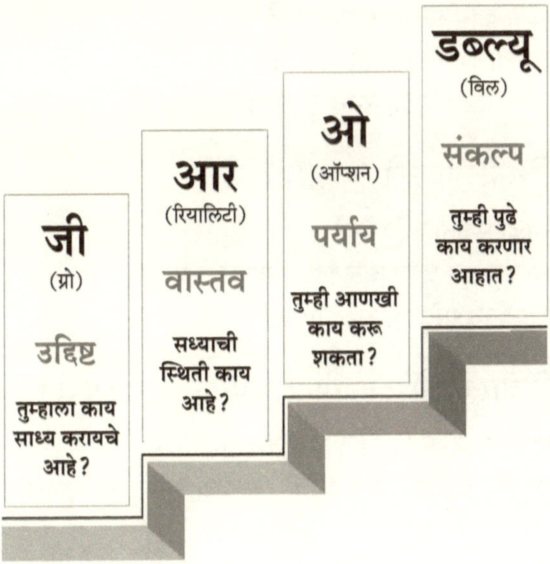

लोकांनी या मॉडेलचं अंधानुकरण करावं असं सर जॉन व्हिटमोर यांना वाटत नव्हतं. इच्छित फलित मिळवण्याकरिता मार्गदर्शन करण्यासाठी प्रश्नांची चौकट पुरवणं हा त्यांचा हेतू होता.

या चौकटीतून प्रगतीला उत्तेजन मिळावं यासाठी उचित प्रकारचे प्रश्न विचारण्याचं महत्त्व अधोरेखित होतं. प्रत्यक्ष कोचिंगविषय्क प्रश्नांपेक्षाही त्यांचं चौकटीतील स्थान अधिक महत्त्वाचं आहे. उद्दिष्टाशी संबंधित प्रश्न हे प्रेरणेला उत्तेजन देतात. वास्तवाशी संबंधित प्रश्न स्पष्टता आणतात. पर्यायांशी आणि कृतींशी संबंधित प्रश्न हे कल्पनांना यशात रूपांतरित करण्यास मदत करतात.

कोचिंग उपयुक्त ठरण्याजोगं संभाषण होण्यासाठी विचारावयाचे सर्वाधिक प्रभावी प्रश्न कोणते असतात?

कोचिंगच्या निर्मितीक्षम, उपयुक्त संभाषणाला उत्तेजन देण्यासाठी पुढे प्रश्नांचा संच दिला आहेः

इच्छित फलित समजून घेणे /मान्यता देणे (उद्दिष्ट)

- तुम्हाला काय साध्य करायचं आहे?
- ते तुमच्या दृष्टीने का महत्त्वाचं आहे?
- इच्छित फलित मिळाल्याचं तुम्हाला कसं समजेल?

सध्याची स्थिती तपासणे (वास्तव)

- सध्याची स्थिती काय आहे ?
- आधी कशाचा वापर करून पाहण्यात आला आहे?
- आतापर्यंतचे परिणाम कसे आहेत?

आणखी विचार करणे : कल्पना /उपाययोजना (पर्याय)

- आणखी काय करता येईल असं तुम्हाला वाटतं?
- आपल्याकडे इतर कोणते पर्याय /कल्पना आहेत असं तुम्हाला वाटतं?

आगामी कृती आराखडा / कृती करण्याचा संकल्प

- त्यानंतर तुम्ही पुढे काय करणार आहात?
- ते कसं आणि केव्हा करायचं असं तुमचं नियोजन आहे ?

सत्राच्या अखेरीला तुम्ही कोचिंग देत असलेल्या व्यक्तीने तिच्या उद्दिष्टावर पुरेसा विचार केला असेल आणि कोणत्या कृती सुरू करायच्या तेही तिच्या लक्षात आलं असेल.

आजच्या जगात विचार करण्यासाठी अतिशय मर्यादित वेळ आहे. चॅट मेसेज, फोन कॉल, ईमेल या गोष्टींनी सातत्याने आपलं लक्ष विचलित होत राहतं. त्यामुळे विचार करण्यास आपल्याकडे फारसा वेळच उरत नाही. कोचिंगच्या प्रक्रियेतून टीमचे सदस्य हातातील समस्येवर एकाग्रतेने लक्ष केंद्रित करतात. त्यामुळे त्यांना अधिक सर्जनशील कल्पना निर्माण करण्यास मदत होते.

तुम्ही विचारत असलेल्या प्रश्नांमुळे कोणतेही मानसिक अडथळे दूर होण्यास, गृहीतकं आणि सर्वसामान्यीकरणं बाजूला ठेवण्यास मदत होते. तसंच टीमच्या सदस्यांना वस्तुस्थितींवर आणि महत्त्वाच्या मध्यवर्ती समस्येवर लक्ष केंद्रित करण्यासही साहाय्य होतं. अशा प्रकारच्या सत्रातून पुढे येणाऱ्या कल्पना या नेमक्या असतात आणि अपेक्षित परिणाम (उद्दिष्ट) साध्य करण्यावर एकवटलेल्या असतात.

या कल्पनांचा आणखी बारकाईने विचार करून, त्यांना आणखी सफाईदारपणे तयार करून आवश्यक कृती करणं ही पुढची पायरी असते. ती टीमच्या सदस्याची कल्पना असल्यामुळे तो अशा प्रकारच्या प्रकल्पाची अंमलबजावणी चांगल्या प्रकारे करण्याची मोठीच शक्यता असते.

सारांशाने, पुढचा उत्तम मार्ग शोधण्यासाठी तुम्ही त्याची क्षमता खुली करता.

एकदा टीमच्या त्या सदस्याने त्या कृतीशी बांधिलकी पत्करली की, ठरावीक नियमित कालांतराने त्याच्या प्रगतीचा आढावा घेत राहणं अत्यंत महत्त्वाचं असतं. हा आढावा घेण्यामागे फक्त कल्पनेची अंमलबजावणी योग्य मार्गावरून पुढे जात असल्याचं पाहणं एवढाच उद्देश नसतो, तर त्यासाठी वेळोवेळी लागणारं आवश्यक असलेलं पाठबळ पुरवण्याचा उद्देशही असतो.

'ग्रो मॉडेल'चा संदर्भः

व्हिटमोर, सर जे. (२०१९) कोचिंग फॉर परफॉर्मन्स. लंडन, ब्रिली

उद्दिष्ट	वास्तव	पर्याय	संकल्प
तुम्हाला काय हवं आहे?	तुम्ही सध्या कुठे आहात?	तुम्ही काय करू शकता?	(पुढचा मार्ग) तुम्ही काय कराल ?

महत्त्वाचे मुद्दे

- 'ग्रो मॉडेल' प्रशिक्षण सत्रांसाठी उत्तम चौकट पुरवतं. ते जागतिक पातळीवरचं लोकप्रिय मॉडेल म्हणून मोठ्या प्रमाणात ओळखलं जातं.
- या चौकटीतून प्रगतीला उत्तेजन देण्यासाठी उचित प्रकारचे प्रश्न विचारण्याच्या महत्त्वावर मोठाच प्रकाश पडतो.
- कोचिंगच्या प्रक्रियेचं अनुसरण करून टीमचे सदस्य त्यांच्या हातातील विशिष्ट समस्येवर लक्ष केंद्रित करू शकतात. त्यामुळे त्यांना कृती करता येण्याजोग्या कल्पनांची निर्मिती करता येते.

या प्रकरणातील कोणत्या गोष्टीची तुम्हाला सर्वाधिक मदत होईल असं तुम्हाला वाटलं?

....

....

....

....

....

....

'तुमच्यातच सगळे सामर्थ्य असते. तुम्ही काहीही करू शकता. तुम्ही प्रत्येक गोष्ट करू शकता.'

– स्वामी विवेकानंद

प्रकरण १४
'एनएलपी'च्या साहाय्याने प्रशिक्षण

न्यूरो लिंग्विस्टिक प्रोग्रॅमिंग (एनएलपी) शिकल्यावर माझ्या लक्षात आलं की, 'एनएलपी' शिकणं हे मनाची भाषा शिकण्यासारखं आहे.

'न्यूरो लिंग्विस्टिक प्रोग्रॅमिंग' हा कार्यक्रम जॉन ग्रिंडर आणि रिचर्ड बँडलर यांनी १९७२मध्ये विकसित केला.

मानवी बुद्धिमत्तेमुळे प्रभावित झाल्यामुळे त्यांनी असा प्रश्न विचारला की :

'समान व्यावसायिक कौशल्यं असलेले काही लोक व्यावसायिकदृष्ट्या यशस्वी होतात, पण काही लोक यशस्वी होत नाहीत यामागे काय कारण आहे?

बँडलर आणि ग्रिंडर यांना असं आढळलं की, यशस्वी लोकांनी स्वतःशी आणि जगाशी ज्या प्रकारे संपर्क व संवाद साधला होता त्यात इतरांच्या तुलनेत फरक होता.

न्यूरो-लिंग्विस्टिक प्रोग्रॅमिंगमध्ये तीन प्रमुख घटक असतात – 'न्यूरो' हा घटक विचारांशी संबंधित असतो. भाषाशास्त्र म्हणजे 'लिंग्विस्टिक' हा घटक भाषेची रचना आणि तिचा प्रभाव यांच्याशी संबंधित असतो. कार्यक्रम किंवा 'प्रोग्रॅमिंग' हा शब्द कृतींच्या संरचनांचा किंवा अनुक्रमांचा संदर्भ देतो.

लोकांना अधिक प्रभावीपणे संपर्क व संवाद साधण्यास, अधिक जलद गतीने शिकण्यास आणि जीवनाच्या अधिक उच्च गुणवत्ता प्राप्त करण्यास मदत करण्यासाठी एनएलपी हा कार्यक्रम विकसित करण्यात आला होता.

इतर लोकांना त्यांच्या अधिक खोलवरच्या पातळीच्या क्षमतेपर्यंत पोहोचण्यास आणि यशस्वी होण्यास मदत करण्याकरिता आपल्या भाषिक कौशल्यांचा उपयोग कसा करावा हे यशस्वी लोकांना माहीत असतं.

कोचिंग घेत असलेल्याने स्वतःवरच लादून घेतलेली बंधने कोच एनएलपीचा वापर करून ओळखू शकतो. कोचिंग घेत असलेल्या व्यक्तींचा मानसिक नकाशा

तो उघड करतो आणि त्यांनी पुढे जावं यासाठी त्यांच्याबरोबर काम करतो.

थोडक्यात, 'एनएलपी' हा कोचिंग सत्रात आवश्यक असलेले विचार, शब्द आणि कृती यांच्या संदर्भातील कार्यक्रम आहे.

कोचिंगकरिता 'एनएलपी'चा कसा वापर होतो हे आणखी समजून घेण्यासाठी एनएलपीच्या क्षेत्रातील 'उत्कृष्टतेविषयीच्या काही संकल्पना' समजून घेण्याची आवश्यकता आहे.

उपाययोजना बाहेर काढण्यासाठी कोचिंग दिलं जाणाऱ्या व्यक्तीच्या मनात खोलवर शोधाशोध करण्यासाठी एनएलपीचा वापर करता येतो.

एनएलपी हा तत्त्वांवर किंवा पूर्वकल्पनांवर आधारित असलेला कार्यक्रम आहे.

प्रत्येक समस्येवर उपाययोजना असते आणि समस्या सोडवणुकीसाठी लागणारी सगळी संसाधन आपल्या आतच असतात ही इथे वापरली जाणारी महत्त्वाची पूर्वकल्पना आहे.

कोणत्याही व्यक्तीला तोंड द्यावं लागत असलेल्या कोणत्याही समस्येवर ती स्वतःच उपाययोजना शोधू शकते हे यातलं मूलतत्त्व आहे. याचं महत्त्वाचं कारण म्हणजे त्या व्यक्तीलाच त्या समस्येचं थेट ज्ञान असतं. त्यामुळे तिच्याकडे त्या समस्येशी संबंधित सगळी आवश्यक थेट माहिती असते.

विशिष्ट मानसिक अडथळे, अंतर्गत संघर्ष किंवा शंका यांच्यामुळे सहसा नेहमीच लोकांना उचित उपाययोजना शोधता येत नाहीत.

हे अंतर्गत संघर्ष शोधणं, त्यांना दूर करणं आणि अखेरीस उचित प्रश्न विचारून टीमच्या सदस्याची क्षमता खुली करणं ही कोच म्हणून नेत्याची भूमिका असते. या पद्धतीमुळे टीमच्या सदस्यांना ठरावीक पद्धतीने उपाययोजनांचा विचार करण्यास मदत होते.

सर्वसामान्यीकरणं, विपर्यास किंवा वगळणुकी यांमुळे हे मानसिक अडथळे निर्माण झालेले असतात. ती आपण स्वतःच आपल्यावर लादलेली बंधने असतात. अनेक वेळा जगाविषयीच्या आपल्या दृष्टिकोनाच्या आधारावर गोष्टींचं सर्वसामान्यीकरण करण्याकडे, आपल्या सोईप्रमाणे त्यांचा विपर्यास करण्याकडे आणि आपल्या गैरसोईचा किंवा आपल्याला अस्वस्थ करणारा भाग मानसिकदृष्ट्या वगळण्याकडे आपला कल असतो.

एनएलपीमुळे हे मानसिक अडथळे ओळखण्यास मदत होऊ शकते. एकदा ही स्वतःच स्वतःवर लादलेली बंधने ओळखता आली की, कोच त्या व्यक्तीला तिची

मानसिक बंधने दूर करण्यास आणि एका अर्थपूर्ण सत्रातून पुढे जाण्यास मदत करतो.

इथेच कोचिंग घेत असलेल्या व्यक्तीला उचित प्रश्न विचारून तिला त्यावर चिंतन करण्यास वेळ दिला जातो. तसंच आगामी कृतींच्या संदर्भात ती बांधील असल्याची हमी तिच्याकडून मिळवली जाते. त्यामुळे कोचिंग घेत असलेल्या व्यक्तीला इच्छित फलिताच्या दिशेने पुढे जायला लावणं शक्य होतं.

डोळ्यांसमोर कल्पनाचित्र आणणं (व्हिज्युअलायझेशन) हा एनएलपीचा विलक्षण सुंदर पैलू आहे.

यामुळे कोचिंग घेत असलेल्या व्यक्तीला डोळ्यांसमोर कल्पनाचित्र आणणं, कल्पना करणं आणि त्या समस्येकडे वेगळ्या दृष्टिकोनातून पाहणं शक्य होतं. काही वेळा यातला भावनिक भाग दूर करून समस्येकडे पाहणंही तिला जमतं.

उदाहरणार्थ, जर त्या समस्येत परस्परविरुद्ध दृष्टिकोनांचा समावेश असेल आणि कोचिंग घेणारी व्यक्तीच त्यापैकी एका दृष्टिकोनाच्या पक्षात असेल तर एनएलपी त्या व्यक्तीला त्या समस्येकडे तिऱ्हाईताच्या दृष्टिकोनातून पाहण्यास मदत करते. यामुळे निर्णय प्रक्रियेतील भावनिक पूर्वग्रह दूर होतात.

कोचिंग घेत असलेल्या व्यक्तीची विचारप्रक्रिया समस्येवरून उपाययोजनांकडे वळवण्यासाठी मदत करणारी एक साधी 'एनएलपी' चौकट इथे देत आहे.

स्कोअर

एस	**लक्षणे (सिम्पटम्स)**	या समस्येची लक्षणे काय आहेत?
सी	**कारणे (कॉजेस)**	या लक्षणांच्या मुळाशी कोणती कारणे आहेत?
ओ	**निष्पत्ती किंवा फलिते (आऊटकम्स)**	इच्छित निष्पत्ती किंवा उद्दिष्ट काय आहे?
आर	**संसाधने (रिसोर्सेस) (आउटकम्स)**	हा परिणाम मिळवण्यासाठी कोणत्या संसाधनांची मदत होईल?
ई	**परिणाम (इफेक्ट्स)**	उद्दिष्ट साध्य करण्याचा दीर्घकालीन परिणाम काय असेल?

तिला स्कोअर मॉडेल असं म्हटलं जातं. कोणत्याही परिस्थितीतील पाच महत्त्वाच्या घटकांशी ती संबंधित आहे.

१. लक्षणं : समस्येची तत्काळ ठळकपणे लक्षात येणारी चिन्हं
२. कारणं : लक्षणांना कारणीभूत असलेली कारणं किंवा स्थिती
३. निष्पत्ती किंवा फलितं : इच्छित परिणाम किंवा उद्दिष्ट
४. संसाधने : लक्षणांना हाताळून समस्या सोडवणारे आणि फलितांना पाठबळ देणारे मूलभूत घटक.
५. परिणाम : फलित किंवा उद्दिष्ट साध्य केल्याचे दीर्घकालीन परिणाम

महत्त्वाचे मुद्दे

- लोकांना अधिक प्रभावीपणे संवाद, संपर्क साधता यावा, अधिक जलद गतीने शिकता यावे आणि उच्च दर्जाचे जीवन मिळवण्यासाठी वैयक्तिकरीत्या विकसित होता यावे यासाठी 'एनएलपी'ला विकसित करण्यात आले आहे.
- इतर लोकांना त्यांच्या अधिक सखोल पातळीच्या क्षमतेपर्यंत पोहोचण्यास आणि यशस्वी होण्यास मदत करण्याकरिता आपल्या भाषिक कौशल्यांचा उपयोग कसा करावा हे यशस्वी लोकांना माहीत असते.
- लोक आपल्या समोरच्या कोणत्याही आव्हानावरची उत्तम उपाययोजना शोधून काढू शकतात, कारण त्यांना त्या समस्येची थेट किंवा प्रत्यक्ष माहिती असते.
- अंतर्गत संघर्ष शोधणे, त्यांना दूर करणे आणि अखेरीस उचित प्रश्न विचारून टीमच्या सदस्याची क्षमता खुली करणे, ही कोच म्हणून काम करणाऱ्या नेत्याची भूमिका असते.

या प्रकरणातील कोणती गोष्ट तुम्हाला सर्वाधिक उपयुक्त आहे असे वाटले?

....

....

....

....

....

....

‘तुम्हाला संस्कृती चांगली ठेवता आली तर इतर सगळ्या गोष्टी आपोआपच चांगल्या होतील.’

– टोनी शेह

प्रकरण १५
माझे संस्कृतीचे प्रयोग

मी कुबोतामध्ये २०१०मध्ये काम करू लागल्यावर पहिल्यांदा जपानी संस्कृतीशी माझा संपर्क आला.

त्यानंतर अनेक गोष्टी माझ्या लक्षात आल्या. त्यांपैकी एक म्हणजे कोणत्याही व्यक्तीला हाक मारताना जपानी लोक नेहमीच तिच्या नावापुढे 'सान' हा शब्द लावतात. मी आजूबाजूला चौकशी केल्यानंतर मला समजलं की, 'सान' हा आदरार्थी शब्द आहे. बहुतांश वरिष्ठ कर्मचारी तो वापरत होते. श्री. किंवा श्रीमती यांच्याशी या शब्दाचं साधर्म्य आहे. बाहेरच्या व्यावसायिक अधिकाऱ्यांबरोबर ते अशा प्रकारे आदराने आणि विनम्रतेने वागत होते, कारण त्यांच्या समाजातच अशा प्रकारचं वर्तन केलं जातं. यामुळे माझ्या मनातील उत्सुकता चाळवली गेली. ती गोष्ट खरोखरच लक्षणीय होती.

कंपनीत नव्यानंच रुजू झालेल्या कर्मचाऱ्यांबरोबरही ते तसेच आदराने वागत-बोलत होते. आम्ही त्यांच्याशी संपर्क साधताना 'सान' हा शब्द वापरत होतो. विशेषतः माझ्या ई-मेलमध्ये मी तो वापरत होतो. लवकरच तो आमच्या संस्कृतीचा

एक भाग झाला. तिथे प्रत्येकालाच सारख्याच प्रमाणात आदराने वागवलं जात होतं. मग त्यांचं कार्यालय, दर्जा किंवा पद काहीही असलं तरी त्यामुळे काहीच फरक पडत नव्हता. प्रत्येकाला सारख्याच आदराने आणि विश्वासाने वागवलं जात होतं आणि प्रत्येक जणच दुसऱ्या व्यक्तीला पाठबळ देत होता. इतर संस्थांमधील लोकांना आम्ही आमच्याकडे कामावर घेत होतो, त्यावेळी आम्ही त्यांना 'आमच्या संस्थेत रुजू व्हावं असं त्यांना का वाटलं?' असं विचारत होतो.

या प्रश्नाला अगदी अटळपणे येणारं एक उत्तर असं असे की : 'तुमच्या कंपनीची संस्कृती अगदी 'ग्रेट' आहे.'

मी हे अनेक वेळा ऐकल्यावर विचार करू लागलो की, ही 'ग्रेट ' संस्कृती म्हणजे नेमकं काय होतं? नंतर माझ्या लक्षात आलं की, आम्ही प्रत्येक व्यक्तीला आदराने आणि विश्वासाने वागवत होतो. त्यांच्या कल्पना ऐकून घेत होतो आणि सामुदायिकपणे निर्णय घेत होतो. यामुळेच त्या उद्योग क्षेत्रातील मोठमोठ्या आणि अधिक प्रतिष्ठित संस्थेमधील प्रतिभासंपन्न लोक आमच्या कंपनीकडे आकर्षित होत होते.

परस्पर-आदर हा आमच्या कंपनीच्या संस्कृतीचा अविभाज्य भाग होता. कंपनीत काम करणाऱ्या शिपायालासुद्धा तिथल्या वरिष्ठ कर्मचाऱ्यासारखंच आदराने वागवलं जावं ही यामागची कल्पना होती. प्रत्येक व्यक्तीला आदराने वागवणं आणि परस्पर आदराचं व विश्वासाचं वातावरण तयार करणं ही गोष्ट आमच्या कंपनीत महत्त्वाची होती.

माझ्या लक्षात आलं होतं की, तिथे पार पाडावयाच्या भूमिकांची नावं ही तात्पुरती होती. त्या संस्थेत तुम्हाला कोणत्या भूमिका पार पाडायच्या आहेत एवढं समजण्यापुरतंच त्या पदांच्या नावांना महत्त्व होतं. नेतृत्व म्हणून आमच्या टीम्सला पाठबळ आणि कोचिंग देणं हे आमचं काम होतं. त्याबरोबरच व्यवसायांच्या गुंतागुंतींविषयी त्यांना मार्गदर्शन करणं आणि त्यांनी उत्तम कामगिरी करावी यासाठी त्यांना मदत करणं हेही आमचं काम होतं.

तुम्ही आज ज्या पदांचा उपभोग घेत आहात ती तुम्ही निवृत्त झाल्यानंतर तुमच्या बरोबर येत नाहीत. नंतर त्या पदनामांचा काहीच उपयोग नसतो, ही गोष्ट लक्षात ठेवणं महत्त्वाचं असतं. ज्यावेळी तुम्हाला हे समजतं, त्याच वेळी आपल्या टीमला तिची उत्तम कामगिरी करण्यासाठी पाठबळ देणं ही आपली खरी जबाबदारी आहे, हेही तुमच्या लक्षात येतं. टीमच्या सदस्यांविषयी उचित आदर बाळगून

आणि त्यांच्या क्षमतांविषयी विश्वास दाखवून तुम्ही हे केलं तर तुम्हाला एक विलक्षण सुंदर संस्थात्मक संस्कृती निर्माण करता येईल. अशी संस्कृती निर्माण झाली तरच दीर्घ काळापर्यंत तुमच्या संस्थेची कामगिरीही टिकून राहील.

महत्त्वाचे मुद्दे

- जपानी संस्कृतीत प्रत्येक जण दुसऱ्याविषयी आदर दर्शवण्यासाठी त्याच्या नावासमोर 'सान' हे सन्मानार्थी बिरुद लावूनच त्याला हाक मारतो.
- पद किंवा किताब यांचा विचार न करता, प्रत्येकाला समान पातळीच्या आदराने आणि विश्वासाने वागवण्याची संस्कृती आम्ही निर्माण केली होती.
- टीमच्या सदस्यांना उचित आदराने वागवून आणि त्यांच्या क्षमतांविषयी विश्वास दर्शवून त्यांना उत्तम कामगिरी करण्यास पाठबळ देणे ही 'लीडर'ची भूमिका असते.

या प्रकरणातील कोणती गोष्ट सर्वाधिक उपयुक्त आहे असे तुम्हाला वाटते?

....

....

....

‘पदे तात्पुरती असतात, दर्जा आणि उपाध्या यांनाही मर्यादा असतात, परंतु तुम्ही ज्या प्रकारे लोकांना वागवता ते नेहमीच लक्षात ठेवले जाते.’

– (जस्टिन राईट, 'लिंक्डइन' पोस्ट)

प्रकरण १६

'पद' केवळ सत्ता नव्हे, जबाबदारीही

आपल्याला नेहमीच आपल्या नोकरीच्या ठिकाणच्या पदनामाच्या उपाधीने अधिकार प्राप्त झाल्यासारखं वाटतं. परंतु प्रत्यक्षात ती आपल्याला त्या संस्थेत कोणती भूमिका बजावायची आहे, तेवढंच सांगते. संस्थेत विशिष्ट भूमिका पार पाडण्याची जबाबदारी एखाद्या सदस्यावर सोपवलेली असते, तेवढंच त्या पदनामातून समजतं.

आपल्या टीमच्या सदस्यांच्या कामगिरीचं व्यवस्थापन करणं आणि तिच्यात सुधारणा करणं ही नेतृत्वाची मुख्य भूमिका असते. त्याच्यातूनच संस्थेचं सर्वांगीण उद्दिष्ट साध्य केलं जातं.

आपल्या संस्थांना यशस्वी करण्याच्या प्रामाणिक इच्छेने आपल्या टीमचं नेतृत्व करणारे आपल्या स्वतःच्या आणि टीमच्या कौशल्याचा वापर करून दीर्घ काळ टिकून राहणारा परिणाम निर्माण करतात.

पदनामामुळे आपल्या भोवतालच्या लोकांवर दादागिरी करत, वर्चस्व गाजवत फिरण्याचा परवाना आपल्याला मिळत नाही. आपला अनादर करणारा किवा आपलं म्हणणं आणि कल्पना ऐकून न घेणारे वरिष्ठ नेतृत्व म्हणजेच बॉस कोणालाच आवडत नाही. ज्या नेतृत्वाला आपल्या टीमला प्रोत्साहन देण्याची, त्यांना स्फूर्ती देण्याची किंवा त्यांच्या क्षमतेचा सर्वोत्तम वापर करून त्यांना काम करू देण्याची इच्छा असते, त्याच्या दृष्टीने 'माझं ऐका, नाही तर चालते व्हा ' (माय वे ऑर हाय वे) असं टीममधील लोकांना म्हणणं योग्य ठरत नाही.

माझ्या कारकीर्दीत मला चार जपानी व्यवस्थापकीय संचालकांबरोबर काम करण्याची संधी मिळाली. त्या प्रत्येकाकडून मी साधेपणा, विनयशीलता, नम्रता आणि बांधिलकी यांविषयीचे काही मूल्यवान धडे शिकलो.

आमचे एक व्यवस्थापकीय संचालक हे अत्युत्कृष्ट पाचव्या पातळीवरचे ('गुड टू ग्रेट' या आपल्या पुस्तकात जिम कोलिन्सने केलेल्या नेत्यांच्या व्याख्येनुसार) खरे नेते होते असं मला वाटतं. आपल्या पदनामाचा वापर जबाबदारी म्हणूनच करणाऱ्या नेत्याचं ते अगदी परिपूर्ण उदाहरण होते. वैयक्तिक विनयशीलता आणि व्यावसायिक इच्छाशक्ती यांचा संगम असलेल्या पाचव्या पातळीवरच्या नेत्याचं ते एक आदर्श उदाहरण होते.

आमच्या एका वार्षिक बैठकीत त्यांनी ते स्वतः श्रेणिबंधाच्या पिरॅमिडच्या कनिष्ठ स्तरावर असल्याचं म्हटलं होतं.

त्यांनी म्हटलं होतं, "मी तुम्हा सर्वांच्यापेक्षाही कनिष्ठ स्तरावर आहे. तुम्ही सगळेच माझ्याहून उच्च स्तरावर कार्यरत आहात, कारण मी तुम्हा सगळ्यांना जबाबदार आहे."

त्यांचे शब्द किती खरे होते हे कालौघात मलाही समजलं. कंपनीच्या व्यवस्थापकीय संचालकाकडे कंपनीची संपूर्ण अंतिम जबाबदारी असते. तो कंपनीत घडणाऱ्या प्रत्येक गोष्टीला आणि सगळ्याच गोष्टींना जबाबदार असतो. कोणताही दोषारोप इतरांवर ढकलून त्याला हात झटकता येत नाहीत.

त्यांनी अनेक वर्षांपूर्वी जे म्हटलं होतं, त्याचा संदर्भ उलट्या पिरॅमिडच्या रचनेशी होती. तिथे व्यवस्थापकीय संचालक हा सगळ्यात तळाशी असतो आणि

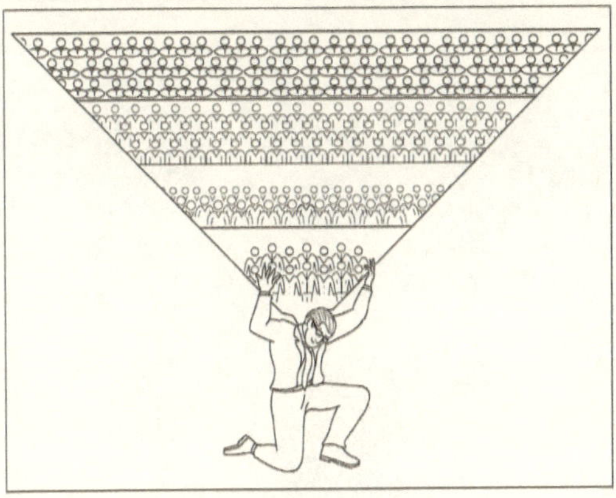

तो कंपनीचा सगळा भार आपल्या खांद्यांवर पेलतो. जर तो डगमगला तर कंपनीचा डोलारा कोसळू शकतो. नोकरीतील पदनामाबरोबर किंवा त्या किताबाबरोबर येणारी ही खरी जबाबदारी असते.

यातली लक्षणीय बाब अशी आहे की, त्यांच्या कार्यकाळात कंपनीची वाढ अत्यंत जलद गतीने झाली होती.

त्यांच्या निरोप समारंभात त्यांना त्यांच्या यशाचं रहस्य विचारण्यात आल्यावर त्यांनी उत्तर दिलं होतं, "हे सगळं उत्तम टीम मिळाल्यामुळे झालं. मी फक्त सुदैवी होतो असं मला वाटतं."

या महान नेत्यांचा हाच विलक्षण गुण असतो. संस्थेच्या यशाचं श्रेय ते क्वचितच स्वतःला घेतात. या विनयशीलतेने आणि निष्ठेने ते संस्थेला असामान्य यश मिळवून देतात.

भाताच्या लोंबीत जितके अधिक दाणे भरतील, तितकी ती अधिक खाली झुकते.

जपानमध्ये विनयशीलता आणि विनम्रता या समाजाच्या धाग्यात विणलेल्या गोष्टी आहेत.

तिथला एक वाक्प्रचार असा आहे : 'मिनोरु होदो कोबे ओ तारेरु इनाहो काना' याचा शब्दशः अर्थ 'भाताच्या लोंब्या जितक्या अधिक वाढतात तितकी त्यांची मस्तकं अधिक झुकतात.'

व्यक्ती जितक्या अधिकाधिक उच्च पदांवर पोहोचते, तितकी ती अधिकाधिक विनयशील झाली पाहिजे.

'भाताच्या लोंब्या जितक्या अधिक वाढतात तितकी त्यांची मस्तके अधिक झुकतात.'

महत्त्वाचे मुद्दे

- आपल्या संस्थांना यशस्वी करण्याच्या तळमळीने जे 'लीडर' त्यांच्या 'टीम्स'ना मार्गदर्शन करतात, ते स्वतःच्या आणि टीमच्याही कौशल्यांचा वापर दीर्घकालीन परिणाम निर्माण करण्यासाठी करतात.
- अनादर करणाऱ्या आणि इतरांचे दृष्टिकोन व कल्पना ऐकून न घेणाऱ्या 'लीडर'बरोबर काम करण्यास कोणालाही आवडत नाही.
- यशाचे श्रेय न घेता विनयशीलतेने व विनम्रतेने संस्थेचे नेतृत्व करणे हा महान नेतृत्वाचा एक विलक्षण गुणधर्म आहे.

या प्रकरणातून तुम्हाला शिकता आलेली कोणती गोष्ट तुम्हाला नमूद करावी असं वाटतं?

....

....

....

....

....

....

‘मायक्रोसॉफ्टमधील आपल्या संस्कृतीची काळजीपूर्वक निवड आणि रचना करून तिला उत्तम करणे हे माझे प्राथमिक कार्य आहे हे मला माहीत आहे. त्यामुळे मायक्रोसॉफ्टचे स्फूर्ती मिळालेले एक लाख कर्मचारी आपल्या भवितव्याला अधिक चांगला आकार देऊ शकतील.’

– सत्या नडेला

प्रकरण १७
कोचिंगच्या संस्कृतीची उभारणी

'उच्च कामगिरीच्या संस्थांची निर्मिती' या विषयावरच्या अल्पकालीन कार्यक्रमाला उपस्थित राहून आल्यानंतर मी आमच्या संस्थेत कोचिंगच्या संस्कृतीची उभारणी करायची असं ठरवलं. या कार्यक्रमातून मी शिकलेल्या महत्त्वाच्या गोष्टींवर मी एक तपशीलवार प्रेझेंटेशन तयार केलं आणि आमच्या सगळ्या विभागप्रमुखांना आणि टीमच्या नेत्यांना ते पाठवून दिलं. मला कोचिंगच्या क्षेत्राचा आणखी शोध घ्यायचा होता. त्यामुळे मी त्या संदर्भातील विविध प्रकारचं साहित्य मिळवलं आणि त्याचा अभ्यास केला.

'सहकर्मी कोचिंगची' (पिअर कोचिंगची) संकल्पना हा मला संस्थेत कोचिंगची संस्कृती तयार करण्याचा चांगला मार्ग वाटला. या संदर्भात मी आमच्या विभागप्रमुखांशी चर्चा केली आणि संस्थेत 'सहकर्मी कोचिंगची' संकल्पना राबवणं अतिशय रोचक ठरेल असं आम्हाला वाटलं.

आम्ही अंतर्गत सत्रं घेतली. त्यांच्यामध्ये विविध विभागांच्या नेत्यांनी सहकर्मी कोचिंगच्या माध्यमातून एकमेकांना मदत करण्यासाठी गट तयार केले. यामुळे संस्थेतील अनेक सदस्यांपर्यंत कोचिंगची तंत्रं पोहोचण्यास मदत झाली.

या पुस्तकात नंतर सहकर्मी कोचिंगची अधिक माहिती मी देणार आहे.

त्यानंतर आम्ही स्तर-वगळणूक ('स्किप-लेव्हल') बैठकांचं आयोजन केलं. या बैठकांमध्ये नेत्यांच्या लगतच्या कनिष्ठ स्तराच्या एक स्तर खाली असलेल्या म्हणजेच पद उतरंडीत त्यांच्या स्तराहून दुसऱ्या क्रमांकाच्या कनिष्ठ स्तरावर असलेल्या टीमच्या सदस्यांना नेते भेटतात. या टीमच्या सदस्यांसमोरची आव्हानं, त्यांच्या अपेक्षा आणि त्यांना कंपनीच्या व्यवस्थापनाकडून कोणत्या प्रकारच्या पाठबळाची गरज आहे हे अधिक चांगल्या प्रकारे समजून घेण्यासाठी त्यांच्याशी समोरासमोर अन्योन्यक्रिया करणं हा यामागचा उद्देश असतो.

त्यांच्यावर थेट पर्यवेक्षण करणाऱ्या अधिकाऱ्यांना किंवा नेत्यांना आम्ही या बैठकांना बोलावलं नव्हतं. त्याऐवजी फक्त विविध टीमच्या सदस्यांच्या भेटी घेण्यासाठी आम्ही या स्किप लेव्हल बैठकांचं आयोजन केलं होतं. त्यामुळे ते सदस्य खुलेपणाने त्यांच्या चिंता, समस्या मांडू शकले. या सत्रांमधून टीमच्या सदस्यांना वरिष्ठ व्यवस्थापनाशी थेट संपर्क साधता आला. सहसा इतर वेळी त्यांना तो साधणं शक्य होत नाही. मात्र काही वेळा या बैठका त्यांचा मूळ हेतू बाजूला सारून सूक्ष्म-आढावा सत्रांमध्ये रूपांतरित झाल्याचं आम्हाला आढळलं.

त्यामुळे संस्थेच्या नेतृत्वाला कोचिंगची संकल्पना व्यापक प्रमाणात स्पष्ट करून सांगण्याचं महत्त्व आमच्या लक्षात आलं. म्हणून आम्ही त्याकरिता बाह्य स्रोताचा वापर करायचा असं ठरवलं. त्यानंतर आमच्या टीमच्या नेत्यांच्या कोचिंगच्या कौशल्यांचा विकास करण्याकरिता आम्ही औपचारिक कार्यक्रम पार पाडला. सुरुवातीला 'कोच म्हणून काम करणारा व्यवस्थापक' असं त्या कार्यक्रमाचं नाव होतं. परंतु नंतर मी त्याचं पुनर्नामांकन करावं असं सुचवलं आणि मग 'कोच म्हणून काम करणारे नेतृत्व' असं त्याचं नाव ठेवण्यात आलं.

आम्ही हा कार्यक्रम घेतला त्यावेळी आम्ही असं गृहीत धरलं होतं की, संस्थेतील बहुतांश नेत्यांना कोचिंगच्या मूलभूत संकल्पनांची माहिती आहे. तरीही या सत्रांमध्ये आमच्या असं लक्षात आलं की, अनेक नेत्यांच्या मनात कोचिंग आणि सल्ला देणं, प्रशिक्षण व मार्गदर्शन या संदर्भात गोंधळ होता. नेत्यांच्याही असं लक्षात येऊ लागलं की, तोपर्यंत ते ज्याला कोचिंग देणं असं समजत होते, ते प्रत्यक्षात सल्ला देणं होतं. तोपर्यंत टीमच्या सदस्यांना उपाययोजना शोधण्यास मदत करण्याऐवजी ते त्यांना सल्ला देऊन मार्गदर्शन करत होते. संस्थेत आम्ही कोचिंगची संस्कृती निर्माण केली आहे असं आम्ही समजत असलो तरीही तिथे मोठ्या प्रमाणात सल्ला देऊन मार्गदर्शन करणं सुरूच होतं.

'कोच म्हणून काम करणारे नेतृत्व' या कार्यक्रमामुळे नेत्यांना कोचिंग देणं आणि सल्ला देऊन मार्गदर्शन करणं यामधील फरक समजण्यास मदत झाली. हे समजणं ही केवढी मोठी गोष्ट होती !

टीमच्या सदस्यांना कोचिंगचे लाभ समजले. काही नेत्यांनी त्यांच्या टीमबरोबरच्या अन्योन्यक्रियांमध्ये कोचिंगचा वापर करण्यास सुरुवात केली. मात्र तरीही अनेक जण पुन्हा एकदा त्यांच्या पूर्वीच्याच अंगभूत सल्ला देण्याच्या पद्धतीकडे वळले.

प्रश्न विचारणं आणि उत्तरं ऐकणं असा स्वाध्याय असलेलं कोचिंग देणं ही गोष्ट ऐकायला सोपी वाटत असली तरी ती राबवणं व्यवस्थापकांना आणि नेत्यांना जड जातं. आपल्याकडे असलेल्या पदनामांमुळे किंवा किताबांमुळे आपल्याला आपलं ज्ञान पाजळण्याची इच्छा असते. त्यामुळे टीमच्या सदस्यांचं म्हणणं ऐकून घेण्याइतका संयम आपल्याकडे नसतो.

अशा प्रकारे बहुतांश नेत्यांना कोचिंग म्हणजे काय हे समजून घेण्यासाठी मदतीची गरज होती किंवा ते कोचिंगची सल्ला देण्याशी गल्लत करत होते.

हे सत्र पार पडल्यानंतर, हे पुस्तक लिहिण्याची गरज आहे असं मला प्रकर्षाने जाणवलं. नेते आपल्या टीमच्या सदस्यांना कशी मदत करू शकतात हे स्पष्ट केलं पाहिजे आणि आपल्या कल्पना जितक्या महत्त्वाच्या आहेत, तितकं त्यांना महत्त्व दिलं जात आहे असं टीमच्या सदस्यांना वाटावं अशा संस्कृतीची उभारणी कशी करता येईल, हे सांगितलं पाहिजे असं मला वाटलं.

बंगळुरूची आयआयएमसुद्धा उच्च कामगिरीची संस्था होण्याच्या त्यांच्या कार्यक्रमाचा एक भाग म्हणून संस्थेत कोचिंगचं वर्तन बिंबवण्याचा प्रयत्न करत असल्याचं मला समजलं. जिथे प्रत्येक सदस्य न बिचकता, न संकोचता त्याच्या संपूर्ण क्षमतेसह योगदान देऊ शकेल अशा संस्थेची निर्मिती करणं हे यामागचं उद्दिष्ट आहे. अखेरीस, या संयुक्त क्षमतेतूनच उच्च कामगिरीची संस्कृती प्रस्थापित होते.

सत्या नडेला हे असेच एक नेते आहेत. त्यांनी मायक्रोसॉफ्टच्या कार्यसंस्कृतीत बदल घडवून आणला.

सत्या नडेलांनी २०१४मध्ये 'सीईओ' म्हणून कंपनीची सूत्रं हाती घेतली, त्यावेळी कंपनीत साचलेपण आलं होतं. कंपनीला या साचलेपणातून बाहेर काढण्यासाठी त्यांनी कंपनीची संस्कृती हा विषयच त्यांच्या कार्यक्रमपत्रिकेवरचा सर्वोच्च प्राधान्याचा विषय ठेवला.

त्यांनी कामाच्या ठिकाणच्या संस्कृतीत बदल घडवून आणला. 'हे सगळं जाणून घ्या' वरून 'हे सगळं शिकून घ्या' पर्यंतचा बदल त्यांनी केला. त्यांनी कर्मचाऱ्यांना सातत्याने अध्ययनाची मनोरचना स्वीकारण्यासाठी प्रोत्साहन दिलं.

"आपल्या पूर्वसंचितावर संतुष्ट राहण्याऐवजी मायक्रोसॉफ्टने सदैव 'विनम्र राहून, भुकेलं राहिलंच' पाहिजे," असं त्यांनी सांगितलं.

सत्या नडेलांनी हे स्पष्ट केलं की, जुन्या, आक्रमक वर्तनाचं यापुढे स्वागत केलं जाणार नाही. टीमच्या सर्व सदस्यांसाठी अधिक दिलासादायक वातावरण निर्माण

करण्यासाठी त्यांनी सातत्याने काम केलं.

आदेश देऊन नियंत्रण ठेवण्याच्या शैलीपासून कोचिंगच्या शैलीपर्यंत नेतृत्वाच्या शैलीत झालेला बदल यातून स्पष्टपणे दिसून येतो. त्यामुळेच मायक्रोसॉफ्टने साचलेपणाच्या काळातून बाहेर पडून झपाट्याने वाढ करून घेतली. नेते कोचिंगचा दृष्टिकोन वापरून त्यांच्या टीमना अधिक उच्च वाढीसाठी आणि कामगिरीसाठी कशी स्फूर्ती देऊ शकतात, त्याचं हे एक उत्तम उदाहरण आहे.

महत्त्वाचे मुद्दे

- 'स्किप लेव्हल' बैठकांमध्ये नेत्यांच्या लगतच्या कनिष्ठ स्तराच्या एक स्तर खाली असलेल्या म्हणजेच पदांच्या श्रेणिबद्ध उतरंडीत त्यांच्या स्तराहून दुसऱ्या क्रमांकाच्या कनिष्ठ स्तरावर असलेल्या टीमच्या सदस्यांना नेते भेटतात. या बैठकांमध्ये त्यांच्यात समोरासमोर अन्योन्यक्रिया होतात. त्यावेळी नेते खुले प्रश्न विचारतात.
- नेते कोचिंगची नेहमीच सल्ला देऊन मार्गदर्शन करण्याशी गल्लत करतात. आपण कोचिंग देत आहोत असे त्यांना वाटत असले तरी त्याऐवजी ते टीमच्या सदस्यांना सल्ला देतात. ते त्यांना उपाययोजना शोधण्यास मदत करत नाहीत.
- नेते आपल्या टीमच्या सदस्यांना कोचिंग देऊ शकतात. त्याबरोबरच आपल्या कल्पनांना जितके महत्त्व मिळाले पाहिजे, तितके महत्त्व मिळत असल्याचे टीमच्या प्रत्येक सदस्याला वाटेल आणि प्रत्येक सदस्य न बिचकता आपल्या पूर्ण क्षमतेसह योगदान देऊ शकेल अशा संस्कृतीची ते उभारणीही करू शकतात.

या प्रकरणातून कोणते महत्त्वाचे मुद्दे घ्यावेत असे तुम्हाला वाटते?

....

....

....

....

....

....

‘एकत्र येणे ही सुरुवात असते, एकत्र राहणे ही प्रगती असते आणि एकत्र काम करणे, हे यश असते.’

– हेन्री फोर्ड

प्रकरण १८
सहकर्मी कोचिंग

सहकर्मी कोचिंग (पिअर कोचिंग) हे संस्थेच्या कोचिंगची संस्कृती निर्माण करण्याचं आणखी एक प्रभावशाली साधन आहे. सहकर्मी कोचिंगमध्ये 'सहकर्मी' म्हणजेच एकमेकांबरोबर काम करणारे कर्मचारी एकमेकांचे प्रशिक्षक म्हणून काम करतात आणि समस्या सोडवण्यासाठी व पुढे जाण्याचा मार्ग शोधण्यासाठी एकमेकांना मदत करतात.

याकरिता कोचिंगची मूलभूत समज आणि कोचिंगविषयक प्रश्न विचारण्याची क्षमता असावी लागते. प्रत्येक कर्मचाऱ्याला तत्काळ कोचिंग उपलब्ध करून देणं आणि अशा प्रकारे वाढीला व विकासाला हातभार लावणं हे यामागचं उद्दिष्ट असतं. कोचिंगचा थेट अनुभव घेऊन कोचिंगची संकल्पना समजून घेण्याची संधी निर्माण करण्याचा हा एक प्रभावी मार्ग आहे.

सहकर्मी कोचिंग हा अध्ययनाचा आणि विकासाचा एक प्रकार आहे. या प्रकारात सहकारी एकत्रीतपणे काम करतात आणि त्यांच्या दैनंदिन कामाशी संबंधित आव्हानांवर, उपाययोजनांवर, नवीन कल्पनांवर आणि कृतींवर विचार करतात. यामुळे टीमच्या सदस्यांना मूल्यवान प्रशिक्षण कौशल्यं मिळवता येतात. अंतर्दृष्टी देणारे प्रश्न विचारणं, लक्षपूर्वक ऐकणं आणि आपल्या स्वतःच्या उपाययोजना शोधण्यासाठी इतरांना मदत करणं यांचा या कौशल्यांमध्ये समावेश होतो.

सहकर्मी कोचिंगच्या सरावामुळे, त्यात सहभागी असलेल्या कर्मचाऱ्यांकडे आधीच कोचिंगची कौशल्यं आलेली असतात. त्यांना कोचिंगची ताकद समजलेली असते. त्यामुळे 'कोच म्हणून काम करणारे नेतृत्व' होण्यासाठी किंवा कोचिंगच्या नेतृत्वशैलीचा सहजपणे स्वीकार करण्यासाठी त्यांची तयारी झालेली असते.

तुमच्या टीममध्ये सहकर्मी कोचिंग सुरू करण्यासाठी तुम्हाला पहिल्यांदा तुमच्या कर्मचाऱ्यांमध्ये कोचिंग म्हणजे नेमकं काय असतं याची मूलभूत समज

निर्माण करावी लागेल. मी आधीच उल्लेख केला आहे त्याप्रमाणे बहुतांश लोक कोचिंगची मार्गदर्शनाशी, प्रशिक्षणाशी किंवा सल्ला देण्याशी गल्लत करतात.

कोचिंगची मूलभूत तत्त्वं एकदा व्यवस्थित समजली की, पुढच्या पायरीवर टीमला 'कोचिंग'ची नमुना चौकट दिली जाते. ('कोचिंग'च्या चौकटीसाठी प्रकरण २१ पाहा.) टीमला कोचिंगचे मूलभूत नियम आणि कोचिंगच्या करारनाम्यातील अटी माहीत असणं महत्त्वाचं असतं.

त्यानंतर कोचिंगमध्ये काय करावं आणि काय करू नये हे समजण्यासाठी तुम्ही डमी सराव सत्रांचं आयोजन करू शकता. कोचिंगविषयीचं त्यांचं आकलन समजून घेणं आणि त्याबद्दलचा आपला प्रतिसाद त्यांना देणं हा या सराव सत्रांचा हेतू असतो.

एकदा ते योग्य मार्गावर आहेत, असं तुम्हाला वाटलं की, संस्थेत एकाच पातळीवर असलेल्या टीमच्या त्या दोघा सदस्यांना एकमेकांचे कोच आणि कोचिंग घेणारा सदस्य म्हणून काम करू द्या.

एका सत्रात त्या टीममधील एक सदस्य (आपण त्याला 'ए' असं म्हणू या!) हा कोच म्हणून दुसऱ्या सदस्याला (याला आपण 'बी' असं म्हणू या!) कोचिंग देईल. त्यानंतर दुसऱ्या स्वतंत्र सत्रात 'बी' हा 'ए'ला कोचिंग देईल. या प्रक्रियेला वेग यावा आणि त्यांनी इतर कोणत्याही गोष्टीवर चर्चा करू नये किंवा त्याहून वाईट म्हणजे उगाचच चकाट्या पिटत बसू नये म्हणून पहिलं मार्गदर्शनपर संभाषण करण्यासाठी तुम्ही त्यांना मदत करू शकाल.

आपल्या उद्दिष्टापर्यंत पोहोचण्यास एकमेकांना मदत करण्यासाठी सहकर्मींनी ठरावीक कालावधीनंतर सातत्याने एकमेकांना भेटत राहणं महत्त्वाचं असतं.

आम्ही पहिल्यांदाच सहकर्मी कोचिंगची सुरुवात केली होती, त्यावेळी ते खूपच चांगलं चाललं. परंतु त्यानंतर लवकरच मला त्यात सातत्य नसल्याचं आढळलं. बहुतांश टीमचे सदस्य आपापल्या कामकाजांच्या वेळापत्रकांमध्ये व्यग्र झाले. त्यानंतर त्यांना सहकर्मी कोचिंगच्या सरावाचा पाठपुरावा करता आला नाही.

आपल्याला जर सहकर्मी कोचिंग यशस्वी करायचं असेल तर त्याकरिता त्यांना सातत्यपूर्ण पाठबळ द्यावं लागेल हे आमच्या लक्षात आलं.

सहकर्मींना आपण सुरक्षित आहोत असं वाटणं ही महत्त्वाची बाब होती. म्हणून एकमेकांकरिता मानसिक सुरक्षिततेचं वातावरण निर्माण करण्यासाठी त्यांनी कोचिंगच्या करारनाम्यावर स्वाक्षऱ्या कराव्यात, असं त्यांना सांगण्यात आलं. यामुळे त्यांना खुलेपणाने आपली उद्दिष्टं, आपल्या समोरची आव्हानं, आपल्या कल्पना एकमेकांना सांगता आल्या असत्या. तसेच आपापले मार्ग शोधण्यासाठी एकमेकांना पाठबळ देता आलं असतं, ही यामागची कल्पना होती.

याशिवाय मानसिक सुरक्षिततेचं वातावरण प्रस्थापित करणं ही महत्त्वाची गोष्ट होती. ज्या ठिकाणी व्यक्तींना आपलं मूल्यमापन केलं जाईल किंवा आपल्या बोलण्याचे आनुषंगिक, दूरगामी परिणाम होतील अशी भीती वाटणार नाही असं स्वतःची मतं, विचार मांडण्यास पूर्णपणे निवांत, दिलासादायक वातावरण निर्माण करणं असा याचा अर्थ आहे. यामागची कल्पना अशी होती की, अशा वातावरणात सहकर्मी आपल्या आकांक्षा आणि त्यांच्या समोरची आव्हाने मोकळेपणाने एकमेकांना सांगतील. त्यानंतर त्यावरच्या उपाययोजना शोधण्यासाठी ते मिळून विचार करतील आणि कल्पना मांडतील. या स्तराचा खुला संवाद किंवा संपर्क ही गोष्ट परस्पर वाढीसाठी आणि पाठबळासाठी आवश्यक असते.

एकमेकांचे उत्तरदायी भागीदार म्हणून, अशा सत्रांमधून तयार करण्यात आलेल्या कृती आराखड्यांचं सहकर्मी अनुसरण करू शकतात. या दृष्टिकोनामुळे ते आराखडे राबवले जाण्याची हमी तर मिळतेच, शिवाय एक आधार देणारं वातावरणही पुरवलं जातं. या वातावरणात व्यक्ती एकमेकींना प्रेरणा देऊ शकतात आणि एकमेकींच्या प्रगतीसाठी एकमेकींना जबाबदारही धरू शकतात.

सहकर्मी कोचिंग सत्रांच्या दरम्यान शिकलेली कोचिंगची कौशल्यं संस्थेतील अध्ययनाच्या आणि कोचिंगच्या संस्कृतीला पाठबळ देऊ शकतात. हा दृष्टिकोन सहकर्मींना एकमेकांबरोबर उभं राहून उद्दिष्टं साध्य करण्यासाठी तळमळीने प्रयत्न करण्यास प्रोत्साहन देतो. अशा प्रकारे परस्परांना आधार दिल्यामुळे फक्त वैयक्तिक कामगिरीतच वाढ होत नाही, तर संस्थेच्या सर्वांगीण वाढीतही लक्षणीय योगदान दिलं जातं. या संस्कृतीचा स्वीकार केल्यानंतर सहकार्यात सुधारणा झाल्याचं, कर्मचाऱ्यांच्या प्रेरणेत वाढ झाल्याचं आणि सामाईक उद्दिष्टाविषयी सुसंगतता निर्माण झाल्याचं दिसतं. ही संस्कृती स्वीकारून कुठलीही संस्था या गोष्टी होण्याची अपेक्षा बाळगू शकते. अंतिमतः याच्यातूनच उत्पादनक्षमतेत आणि संस्थात्मक यशात वाढ होते.

महत्त्वाचे मुद्दे

- सहकर्मी कोचिंगमध्ये टीमचे सदस्य एकमेकांचे कोच म्हणून काम करतात. ते समस्या सोडवणुकीसाठी एकमेकांना मदत करतात आणि दोघे मिळून प्रगती करून घेतात.
- यामुळे टीमच्या सदस्यांना कोचिंगच्या मूल्यवान कौशल्यांचा विकास करून घेता येतो. अंतर्दृष्टी असलेले प्रश्न विचारणे, सक्रियपणे लक्षपूर्वक ऐकण्याचा सराव करणे आणि इतरांना उपाययोजना शोधण्यास मदत करणे या कौशल्यांचा त्यांत समावेश असतो.
- सहकर्मी कोचिंगच्या सरावामुळे आधीच कोचिंगची कौशल्यं असलेला, कोचिंगची ताकद समजलेला आणि कोच म्हणून काम करण्याच्या नेतृत्वशैलीचा सहजपणे स्वीकार करणारे नेतृत्व तयार होण्यासाठी कर्मचाऱ्यांची तयारी होते.

या प्रकरणात तुम्हाला सगळ्यात उपयुक्त माहिती काय आहे असे वाटले?

....

....

....

....

....

....

‘जणू काही तुमचा उद्याच मृत्यू होणार आहे असे समजून जगा. तुम्हाला कायम जिवंत राहायचे आहे असे समजून शिका.’

– महात्मा गांधी

प्रकरण १९

प्रशिक्षण देणाऱ्या संस्थेची उभारणी

काही वर्षांपूर्वी माझी चेन्नईला बदली झाली होती. तिथे टेनिस शिकत असताना दुर्दैवाने माझ्या हाताच्या कोपराला दुखापत झाली. या दुखापतीलाच 'टेनिस एल्बो' म्हणतात असं नंतर माझ्या लक्षात आलं आणि मला या संज्ञेतील उपरोधाची गंमत वाटली. उपचारासाठी मी अड्यारमधील एका अस्थितज्ज्ञाकडे गेलो. माझा नंबर येण्याची वाट पाहत मी तिथे बसलो होतो, तेवढ्यात त्या डॉक्टरांच्या केबिनच्या बाहेरच लावलेल्या एका चित्राकडे माझं लक्ष गेलं. त्यावर एक वाक्य होतं :

'लर्निंग = अर्निंग' (शिकणे = कमावणे)

ही गोष्ट किती खरी होती !

नंतरच्या काळात मी डॉ. कॅरोल एस. ड्वेकचं 'माइंडसेट 'हे अतिशय सुंदर पुस्तक वाचलं. विकासाची मनोरचना अंगी बाणवून घेणं किती महत्त्वाचं आहे ते माझ्या लक्षात आलं. ही मनोरचना व्यक्तीचं मन शिकण्यास आणि वाढ करून घेण्यास खुलं ठेवते. माझ्या मनात सातत्याने माझ्या अध्ययनात वाढ करून घेण्याच्या असलेल्या तळमळीशी मी याला जोडलं.

शिक्षण आणि अध्ययन यांमध्ये अगदी बारीक सीमारेषा असते. आपली शाळा आणि महाविद्यालयं आपल्याला औपचारिक शिक्षण देतात आणि आपल्याला अध्ययन करण्यास सक्षम करतात. शिक्षण हा अध्ययनाचा पाया आहे. शिक्षण आपल्याला जीवनभर अध्ययनाचा पाठपुरावा करण्यास तयार करतं.

आपल्यापैकी अनेकांना असं वाटतं की, आपण आता आपलं शिक्षण संपवलं

आहे, त्यामुळे आवश्यक असलेलं सगळं अध्ययन आपण केलं आहे. आता जे काय अध्ययन करायचं असेल ते आपल्याला जीवनातील अनुभवांतूनच करता येईल, अशी त्यांची समजूत असते.

अल्बर्ट आईन्स्टाईनने असं म्हटलं होतं की, "ज्ञान किंवा विद्वत्ता ही शालेय शिक्षणातून मिळत नाही, तर त्याच्या संपादनासाठी जीवनभर प्रयत्न करत राहावे लागतात."

शिकण्यासारखं खूप काही असतं. जर आपण अध्ययन करण्याचे जाणीवपूर्वक प्रयत्न केले तर त्यामुळे आपल्या बौद्धिक विकासात प्रचंड वाढ होऊ शकते.

आज उपलब्ध असलेल्या विविध स्त्रोतांच्या माध्यमातून हे धडे आपल्याला मिळू शकतात. जगातील उत्तम लेखकांनी लिहिलेल्या विविध प्रकारच्या पुस्तकांमधून आपण अतिशय सहजपणे विविध प्रकारचं ज्ञान आणि धडे मिळवू शकतो. कोणालाही हव्या असलेल्या जवळ-जवळ कुठल्याही विषयावरची पुस्तके उपलब्ध आहेत.

पुस्तकांमुळे त्या लेखकाने वर्षानुवर्षांच्या काळात मिळवलेले ज्ञान तुम्हाला अल्पावधीत आणि अल्प किमतीत आत्मसात करता येतं. पुस्तकं वाचताना तुम्ही जगातील त्या क्षेत्रातील काही उत्तम लोकांची जवळजवळ मनंच वाचता, त्यामुळे पुस्तकं वाचण्याचा अनुभव हा अतिशय ज्ञानदायक आणि प्रगाढ असू शकतो.

वाचनाची कृती एखाद्याचं ज्ञान वाढवते आणि त्याला अधिक चांगले नेतृत्व व माणूस होण्यासाठी आवश्यक असलेल्या कल्पना व साधने पुरवते.

नेत्यांनी अध्ययनाच्या बाबतीत आपलं मन खुलं ठेवलं पाहिजे. त्यात टीमच्या सदस्यांच्या सूचनांचं आणि कल्पनांचं स्वागत करण्याचाही समावेश असतो. आपण विचारलं नाही तर आपण शिकत नाही.

हेन्री फोर्डचं एक प्रसिद्ध विधान आहे. त्याने म्हटलं आहे की, "जो कोणी अध्ययन थांबवतो तो वृद्ध असतो, मग तो वीस वर्षांचा असो वा ऐंशी वर्षांचा! जो अध्ययन करत राहतो तो तरुण राहतो. मनाला तरुण ठेवणं ही जीवनातील सर्वात महान गोष्ट आहे."

माझ्या अनुभवानुसार, अध्ययनासाठी तयार राहणं आणि समजून घेण्याची जिज्ञासा बाळगणं ही नेत्यांसाठी अत्यावश्यक असलेली अत्यंत मूल्यवान कौशल्यं आहेत. त्यांच्या बळावर ते समोर येणाऱ्या कोणत्याही समस्यांना परिणामकारकपणे तोंड देऊ शकतात.

महत्त्वाची समस्या समजून घेणे

तुम्ही एखाद्या समस्येच्या हृदयाला कसा काय हात घालू शकता? ही गोष्ट चौकशीतून करता येते. मी चौकशी असं म्हटलं आहे, त्याचा अर्थ एखादी चौकशी समिती नेमणं आणि चूक शोधणं किंवा समस्येचा वेध घेणं असा नाही. विचारणं हा चौकशी याचाच समानार्थी शब्द आहे. उचित प्रश्न विचारल्याशिवाय तुम्हाला कदाचित कधीच समस्येच्या गाभ्यापर्यंत जाता येणार नाही.

नेहमीच वेळ कमी असल्यामुळे समस्यांवर वरवरची चर्चा केली जाते. त्यात मिळालेली फलितं किंवा परिणाम सांगणं आणि त्यांच्यावर परिणाम करणारे दृश्य बाह्य घटक सांगणं यांचा समावेश असतो.

आपण क्वचितच शांतपणे बसून त्या समस्येच्या खोलात शिरतो. म्हणून जोपर्यंत उचित प्रश्न विचारले जाणार नाहीत, तोपर्यंत उचित उत्तरंही मिळणार नाहीत.

पुढे दिलेले उदाहरण वाचा

वरिष्ठ : गेल्या महिन्यात आपल्याला निकृष्ट परिणाम मिळाले. त्याची काय कारणं होती?

टीमचा सदस्य : तुम्हाला माहीतच आहे त्याप्रमाणे गेल्या महिन्यात बाजार ढासळला होता. बाजाराच्या त्या अवघड परिस्थितीत स्पर्धकांनी आकर्षक ऑफर आणि सवलती दिल्या. त्यामुळे आपल्याला हवी तितकी विक्री करता आली नाही.

आता या चर्चेची दोन दृश्यं समोर येऊ शकतात.

पहिले दृश्य

वरिष्ठ : तुम्ही या सगळ्याची माहिती वेळेवर देऊन आवश्यक कृती का केली नाही?

सदस्य : कारण आम्हाला मुख्यालयाकडून कधीच पाठबळ मिळत नाही. गेल्या वर्षी आम्ही मागितलेले पैसे त्यांनी नाकारले. शिवाय आपल्या बाजारातील किमतीही स्पर्धेत टिकण्याजोग्या नाहीत. आपल्याला नवीन उत्पादनाची गरज आहे...वगैरे, वगैरे!

वरिष्ठ : तुम्ही नेहमीच सबबी सांगता. आपल्याला सबबी नको आहेत, परिणाम हवे आहेत. आता तुम्हाला पुढच्या महिन्याचं टार्गेट पूर्ण करून ही तूट भरून काढावीच लागेल. यापुढे मात्र मी कुठल्याही सबबी ऐकून घेणार नाही.

दुसरे दृश्य

वरिष्ठ : वेळेवर कळवून आवश्यक कृती न करण्याचं कारण काय होतं?

सदस्य : आम्हाला वाटलं की, अशा प्रकारच्या उपक्रमांसाठी पैसे मिळणार नाहीत.

वरिष्ठ :तुम्हाला कशामुळे असं वाटलं?

सदस्यः गेल्या वर्षी आम्हाला अशाच परिस्थितीला तोंड द्यावं लागलं होतं. आम्ही त्यावेळी केलेली निधीची मागणी नाकारली गेली होती.

वरिष्ठः म्हणजे यावर्षीही असंच घडेल असं तुम्ही गृहीत धरलं, हो ना?

सदस्यः होय. तुमचं बरोबर आहे. मी तसं गृहीत धरलं. मला वाटतं मी तसं करायला नको होतं. आपण वित्तविषयक टीमबरोबर बोललो असतो किंवा त्याऐवजी मी तुमच्याशी एकदा चर्चा करायला हवी होती.

वरिष्ठः आणखी काय?

सदस्यः प्रत्यक्षात आपल्याला विक्रीचे आणखी कॉल करता आले असते. आपले विक्रीचे कॉल कमी पडले. आपण त्यात सुधारणा केली पाहिजे.

वरिष्ठः हे कॉल न करण्याचं काय कारण आहे?

सदस्यः आपला प्रमुख वितरक बाहेरगावी आहे आणि त्याच्या विक्रीच्या टीमवर तो देखरेख ठेवत नाही. खरं म्हणजे या वितरकाकडील विक्रीच्या आकड्यांतच मोठ्या प्रमाणात घसरण झाली आहे.

आता पहिल्या दृश्यातील संभाषण बचावात्मक पवित्र्यात गेल्याचं दिसत आहे. तिथे नियोजनानुसार उद्दिष्ट साध्य न झाल्याचं खरं कारण समजून घेतलं जाण्याची शक्यताही फारशी दिसत नाही.

मात्र दुसऱ्या दृश्यात, विक्रीत घसरण होण्याच्या कारणांचं बारकाईने विश्लेषण करण्यात आलं आहे. त्यामुळेच तिथे कामगिरीवर परिणाम केलेल्या महत्त्वाच्या समस्येला ओळखण्याची चांगली संधी होती.

अध्ययनासाठी खुलं राहण्याचा आणखी एक फायदा असा असतो की, ज्यावेळी पारंपरिक उपाययोजनांमधून पारंपरिक परिणामच समोर येतात, त्यावेळी संबंधित गोष्ट करण्याचे नवनवीन मार्ग चोखाळण्याचा आत्मविश्वास प्राप्त होतो. याचा अर्थ असा असतो की, तुम्ही फक्त दुसऱ्यांनी जे सांगितलं त्याचं अनुसरण करत नाही, तर तुम्ही बाजी उलटवणारा खेळाडूही होता.

बाजी उलटवणारा खेळाडू

'वाढीच्या मनोरचनेत आव्हाने ही धमकीसारखी न वाटता ती रोमहर्षक वाटतात.

त्यामुळे 'अरे रे, यामुळे माझ्या दुर्बलता उघड्या पडतील, असा विचार करण्याऐवजी तुम्ही म्हणता की, अरे वा, इथेच माझी वाढ करून घेण्याची संधी आहे. '

कुबोताने २००८मध्ये लहान आकाराचे आणि हलक्या वजनाचे चार चाकी ट्रॅक्टर आणून भारतीय बाजारात प्रवेश केला.

त्यावेळी आम्हाला पुढे दिलेल्या विधानांसारखी काही विधाने ऐकू आली :

'हे ट्रॅक्टर भारतात चालणार नाहीत.'

'भारतीय ग्राहकांना जड वजनाचे दोन चाकांचे ट्रॅक्टरच लागतात.'

'इतके महागडे चारचाकी ट्रॅक्टर कोण खरेदी करणार आहे?'

त्यावेळी बाजारावर जड वजनाच्या, दुचाकी ट्रॅक्टरचं वर्चस्व होतं. लोकांकडे चारचाकी ट्रॅक्टर नव्हतेच. खरं तर असे आटोपशीर, हलक्या वजनाचे ट्रॅक्टर लोकांना माहीत नव्हते, कारण ते अस्तित्वातच नव्हते. त्या उद्योग क्षेत्रात आम्ही अगदीच वेगळी गोष्ट करत होतो.

पुन्हा एकदा भात रोपणाच्या बाबतीतही असंच घडलं होतं. आम्ही आमचे राईस ट्रान्सप्लान्टर्स बाजारात आणले. भाताची लागवड करण्यासाठी राईस ट्रान्सप्लान्टर्सचा वापर यशस्वी ठरत नाही, असा शेतकऱ्यांचा अनुभव होता. शेतकऱ्यांनी त्याआधी उत्कृष्ट दर्जाच्या ट्रान्सप्लान्टर्सचा वापर केला नव्हता. उत्तर प्रदेशच्या बाजारात भाऊगर्दी झालेले ट्रान्सप्लान्टर्स अपेक्षेप्रमाणे काम करण्यात अपयशी ठरले होते. आम्ही कुबोता राईस ट्रान्सप्लान्टर बाजारात आणले त्याच्या अगदी आधीच हे घडलं होतं. आमचे ट्रान्सप्लान्टर जपानी तंत्रज्ञानावर आधारित होते.

ट्रॅक-टाईप हार्वेस्टर हे आमचं तिसरं उत्पादन होतं. दक्षिण भारतात त्याची बाजारपेठही अतिशय मर्यादित होती. त्यामागेही एकाच ब्रँडचं तिथल्या बाजारपेठेवर वर्चस्व होतं हेच कारण होतं. पारंपरिक कापणी यंत्रं वापरून पाणथळ परिसरांमध्ये भाताची कापणी करणं अनेक शेतकऱ्यांना अतिशय अवघड जात होतं. ती यंत्रं चिखलाने भरलेल्या जागी काम करत नव्हती. या बाजारपेठेत नवीन ब्रँड प्रस्थापित होणं आणि त्याचा विस्तार होणं ही सोपी गोष्ट नव्हती.

अशा परिस्थितींमध्ये मला कॅथरिन डीव्हायरचं एक प्रतिपादन आठवलं. तिने म्हटलं होतं की –

'आम्ही अशा प्रकारे नेहमीच करत आलो आहोत,' हे व्यवसायातील अतिशय मूल्यवान शब्द असतात.

आम्ही याच्याकडे शेतीच्या यांत्रिकीकरणाच्या पारंपरिक पद्धतींच्या पलीकडे जाण्याच्या मार्गातील आव्हान म्हणून पाहिलं आणि ती तिन्ही आधुनिक कृषी यंत्रं भारतीय बाजारात आणली. इतर स्पर्धक काय करत आहेत त्यावर लक्ष केंद्रित करण्याऐवजी आम्ही भारतीय शेतकऱ्यांच्या गरजांवर लक्ष एकवटलं. आम्ही ग्राहकांवर लक्ष केंद्रित केलं.

आम्हाला असं आढळलं की, हातात घेतलेल्या किंवा ट्रॅक्टरवर ठेवलेल्या फवारणी यंत्रांचा वापर करून पिकांचं किडींपासून संरक्षण करण्याच्या पद्धतींना त्यांच्या स्वतःच्या मर्यादा होत्या.

अरुंद आणि आटोपशीर आकाराचे ट्रॅक्टर वापरून शेतकरी द्राक्षं, डाळिंबं यांसारख्या फळपिकांच्या सरींमध्ये प्रवेश करू शकत होते. उसाच्या सरींमध्ये चार फुटांचं अंतर ठेवलं जात असल्यामुळे ग्राहक आमचे अरुंद ट्रॅक्टर वापरू शकले असते. आमच्या ट्रॅक्टरची रुंदी तीन फुटांहून कमी होती.

पारंपरिक अवजड ट्रॅक्टर वापरून शेतीची जी कामं करणं खूपच अवघड जात होतं, ती कामं नवीन तंत्रज्ञानाने तयार करण्यात आलेलं हे उत्पादन वापरून करणं शक्य असल्याचं लवकरच ग्राहकांच्या लक्षात आलं. ओळींमध्ये म्हणजेच सरींमध्ये लागवड केल्या जाणाऱ्या ऊस, कापूस, डाळिंब आणि द्राक्षं या पिकांची लागवड करणाऱ्या शेतकऱ्यांसाठी हे मोठंच वरदान होतं. या ट्रॅक्टरचा आकार आटोपशीर, लहान असला तरी त्याची पीटीओ (पॉवर टेक ऑफ) शक्ती उच्च असल्यामुळे ग्राहकांना उच्च क्षमतेची आणि कमी आकारमानाची फवारणी यंत्रं वापरण्यास मदत होत होती. यामुळे उत्पादनक्षमतेत वाढ झाली असती आणि नाशिकसारख्या द्राक्षांच्या महत्त्वाच्या बाजारपेठांमधून विक्रमी निर्यात होऊ शकली असती.

आमचे हलक्या वजनाचे, चारचाकी ट्रॅक्टर केज व्हील्सशिवाय काम करू शकत होते. त्यामुळे जमिनीचा पोत राखता आला असता आणि भूपृष्ठाखालच्या मातीच्या थराची हानी झाली नसती. हलक्या वजनाचे ट्रॅक्टर साचलेल्या पाण्यातून एकाच फेरीत शेतीचे काम करू शकले असते. अशा कामांसाठी केज व्हील्स वापरून काम करणाऱ्या पारंपरिक ट्रॅक्टरना ३-४ फेऱ्या माराव्या लागत होत्या. आमच्या ट्रॅक्टरच्या या गुणधर्माला किनारपट्टीवरच्या भात पट्ट्यांतील ग्राहकांनी चांगलंच उचलून धरलं. जड वजनाचे पारंपरिक ट्रॅक्टर पाणथळ भागातील चिखलात रुतत होते आणि काही वेळा त्यांच्यामुळे अतिशय घातक अपघातही होत होते.

ग्रामीण रोजगार हमी योजनांमुळे आणि वाढत्या शहरीकरणामुळे शेतमजुरांच्या मजुरीचे दर वाढले आहेत हे आपल्याला माहीतच आहे. यामुळे फक्त शेतीच्या खर्चावरच परिणाम झाला नाही, तर महत्त्वाच्या मोसमात शेतमजूर वेळेवर उपलब्ध होण्यावरही याचा परिणाम झाला आहे.

भात पिकाच्या ऐन रोपणाच्या हंगामात निर्माण होत असलेल्या शेतमजुरांच्या गंभीर टंचाईमुळे उत्तर भारतातील आणि विशेषतः पंजाबमधील शेतकरी हादरून गेले होते. त्यामुळे पंजाबमधील तांदूळ पिकवणाऱ्या शेतकऱ्यांना या ट्रॅक्टरच्या मदतीने भात रोपण करण्याचे लाभ समजावून सांगण्यासाठी आणि त्यांचा वापर

करण्यास त्यांना प्रोत्साहित करण्यासाठी फक्त थोडेसेच प्रयत्न करावे लागले. अखेरीस शेतकऱ्यांच्या लक्षात आलं की, ही भात रोपण यंत्रे (ट्रान्सप्लान्टर्स) तंत्रज्ञानाच्या बाबतीत तर अद्वितीय होतीच, पण त्याबरोबरच त्यांच्यामुळे शेतकऱ्यांना सातत्याने भेडसावत असलेल्या शेतमजुरांच्या टंचाईवरही त्यांना मात करता येणार होती.

ट्रॅक प्रकारच्या हार्वेस्टरच्या (कापणी यंत्रांच्या) साहाय्याने भारतातील पूर्वेकडच्या राज्यांमध्ये आमच्या उत्पादनांसाठी आम्ही नवीन बाजारपेठा निर्माण करू शकलो. तिथल्या शेतकऱ्यांना पाणथळ जागांमधून भातपिकाची कापणी करताना प्रचंड कष्ट करावे लागत होते. त्यामुळे लवकरच आमच्या हार्वेस्टरसाठी तिथे अत्यंत मोठ्या बाजारपेठा निर्माण झाल्या. आमच्या हलक्या वजनाच्या ट्रॅक्टरसोबत हार्वेस्टरची सांगड घातल्यामुळे त्यांचा वापर करणं सुलभ झालं होतं. शेतकऱ्यांनी आणि कृषी कंत्राटदारांनी या गोष्टीचं मोठंच कौतुक केलं.

ग्राहकांना तत्परतेने सेवा मिळावी आणि सुटे भाग मिळावेत याची हमीही आम्ही घेतली होती. आयात करण्यात आलेल्या इतर अनेक यंत्रांच्या बाबतीत ग्राहकांना या दोन्ही गोष्टींच्या पुरवठ्याच्या संदर्भात समस्यांना तोंड द्यावं लागत होतं. ग्राहकांना 'असामान्य अनुभव' मिळवून देणं हा आमचा दृष्टिकोन होता.

लवकरच आम्ही ट्रॅक्टर उद्योगातील अत्यंत झपाट्याने वाढ होत असलेला ब्रँड झालो. गेल्या अनेक वर्षांपासून ट्रॅक प्रकारच्या हार्वेस्टरच्या आणि भात रोपण यंत्रांच्या (ट्रान्सप्लांटर्सच्या) विक्रीच्या क्षेत्रात एक सर्वोच्च विक्री करणारा ब्रँड म्हणून आमचं स्थान आम्ही अबाधित राखलं आहे.

महत्त्वाचे मुद्दे

- शिक्षण पूर्ण झालं की, आपल्याला आवश्यक असलेले सगळे ज्ञान आपल्याला मिळाले असा आपला विश्वास असू शकतो. मात्र नेहमीच खूप काही शिकण्यासारखे आणि अध्ययन करण्यासारखे असते. नवीन तंत्रज्ञानाचा सक्रिय शोध घेत राहिल्यामुळे आपल्या बौद्धिक विकासात लक्षणीय भर पडते.
- अध्ययनाची इच्छा बाळगल्यामुळे आपल्याला नवीन दृष्टिकोनांच्या साहाय्याने प्रयोग करण्याचा आणि बाजी उलटवणारा खेळाडू होण्याचा विश्वास मिळतो.
- सहसा नेहमी होणाऱ्या चर्चा अगदीच वरवरच्या असतात. त्या फक्त परिणाम सादर करण्यावर आणि त्या संदर्भातील दृश्य बाह्य घटकांची माहिती सांगण्यावर एकवटलेल्या असतात. एखाद्या समस्येचा गाभा खऱ्या अर्थाने समजून घेण्यासाठी आपण उचित प्रश्न विचारलेच पाहिजेत.

या प्रकरणातील कोणत्या गोष्टी टिपून ठेवाव्यात असे तुम्हाला वाटते?

....

....

....

....

....

‘आपण आगामी
शतकाचा विचार केला
तर त्यावेळी इतरांचे
सक्षमीकरण करणारे
लोकच नेते असतील.’

– बिल गेट्स

प्रकरण २०
कोचिंग देण्यामधील अपयशाची कारणे

'लीडर'ला कोच म्हणून काम करायला लावण्याचा कार्यक्रम आम्ही सुरू केला. आम्हाला नेत्यांकडून या संदर्भात सकारात्मक प्रतिसाद मिळाला. मात्र अनेकांनी असं सांगितलं की, त्यांनी कोचिंगविषयक प्रश्नांच्या स्पष्ट संचासह सुरुवात केली होती. परंतु अपेक्षित प्रतिसाद न मिळाल्यामुळे ते लगेच पुन्हा एकदा सल्ला देण्याच्या आणि मार्गदर्शन करण्याच्या त्यांच्या पूर्वीच्या भूमिकेत शिरले होते.

टीमच्या सदस्यांना चांगली उत्तरं देता येत नसल्याचं त्यांना दिसलं. त्याबरोबरच चर्चेचा सूरही आपल्या अपेक्षेनुसार वळण घेत नसल्याचं त्यांना आढळलं. त्यामुळे त्यांनी उतावळेपणाने तो प्रयत्न तिथेच सोडून दिला. परिणामी, त्यांनी अपेक्षित उत्तरांकडे नेणारे प्रश्न विचारणं सोडून दिलं आणि ती समस्या सोडवण्यासाठी काय केलं पाहिजे ते त्यांनी स्वतःच टीमच्या सदस्यांना स्पष्ट करून सांगितलं.

प्रश्नचिन्हांसह मांडलेल्या कल्पना

आपण कोचिंगविषयक प्रश्न विचारत आहोत असं नेत्यांना वाटू शकतं, परंतु त्यांपैकी अनेक प्रश्न हे प्रत्यक्षात उपाययोजना सुचवणारे असतात. उपाययोजनेच्या संदर्भातील स्वतःच्या मनातील एखाद्या कल्पनेच्या अखेरीस फक्त प्रश्नचिन्ह जोडून नेते तो प्रश्न विचारतात.

उदाहरणार्थ,

- तुम्हाला या .... (कल्पना) विषयी काय वाटते?
- तुम्ही या .... (कल्पना) गोष्टीचा विचार केला आहे का?

म्हणून ज्यावेळी एखादे नेतृत्व आपल्या मनात आधीच एखादी उपाययोजना तयार करून कोचिंग देण्यास सुरुवात करतो, त्यावेळी त्याने मनात तयार केलेल्या उपाययोजनेकडे चर्चेचा रोख वळवण्याचा प्रयत्न तो करतो. अशा कोचिंग सत्रातून कधीच कोणतीही नवीन कल्पना किंवा उपाययोजना पुढे येणार नाही.

पुरेशा प्रमाणात चौकस नसणे

चौकसपणा किंवा जिज्ञासूपणा हे लक्षात ठेवण्याचं दुसरं क्षेत्र आहे. प्रश्न विचारण्याचे लाभ समजल्यानंतरही काही नेते वर सांगितल्याप्रमाणेच चर्चा करत असल्याचं मला आढळलं. कारण त्यांच्याकडे प्रामाणिक जिज्ञासा नव्हती. फक्त प्रश्न विचारायचे असतात, म्हणून ते विचारत राहणं हा प्रश्न विचारण्यामागचा खरा हेतू नाही. आपण विचारलेल्या प्रश्नाचं आपल्याला काय उत्तर मिळेल याविषयीची जिज्ञासा मनात असली पाहिजे. उत्तर मिळवणं हा यामागचा खरा हेतू आहे. अल्बर्ट आईन्स्टाईनने जिज्ञासेच्या महत्त्वावर भर देताना पुढील विधान केलं होतंः

"माझ्याकडे फारशी बुद्धिमत्ता नाही. मात्र माझ्याकडे कमालीची जिज्ञासा आहे."

- अल्बर्ट आइन्स्टाईन

नेते नेहमीच प्रश्न विचारतात, परंतु नंतर मिळणारी उत्तरं लक्षपूर्वक ऐकण्यात अपयशी ठरतात. काही वेळा ते उत्तरात मध्येच हस्तक्षेप करतात किंवा पुढच्या प्रश्नाकडे वळण्याच्या आधी ते उत्तर मान्य करण्यात अपयशी ठरतात. या वर्तनामुळे प्रश्न विचारण्यात आलेला टीमचा सदस्य हताश होतो. आपल्या कल्पनेविषयी नेत्याला खरोखरची जिज्ञासा नाही आणि तो तिला फारसं महत्त्व देत नाही असं त्याला वाटतं.

कोचिंगचा दृष्टिकोन ढासळणं ही नेत्यांसमोर वरचेवर येणारी समस्या असते. ज्यावेळी अधिकारस्थानी असलेले नेतृत्व टीमच्या सदस्याबरोबरच्या कोचिंगविषयक संभाषणात सहभागी होतो, त्यावेळी सहसा ही समस्या येते. नेत्याच्या काही विशिष्ट अपेक्षा असतात किंवा त्याच्या मनात काही विशिष्ट कल्पना असतात. टीमच्या सदस्याने नेमक्या तशाच कल्पना मांडल्या नाहीत तर अशा वेळी नेतृत्व निराश होते. या नैराश्यामुळे कोचिंगच्या प्रक्रियेबद्दलचा नेत्याचा संयम झटकन संपुष्टात येतो. परिणामी, नेतृत्व कदाचित प्रशिक्षणाचा दृष्टिकोन पूर्णपणे सोडून देतो आणि त्याऐवजी तो अधिक निर्देश देण्याच्या, मार्गदर्शन करण्याच्या,

सांगण्याच्या पद्धतीकडे वळतो.

बहुतेक वेळा हे स्थित्यंतर घडतं, कारण कोचिंगचा दृष्टिकोन खूपच मंद, किचकट किंवा निरर्थक, निष्फळ स्वरूपाचा आहे असं नेत्याला वाटतं. नेत्यांना कोचिंगची प्रक्रिया गुंतागुंतीची वाटू शकते. विशेषतः ज्यावेळी त्यांना तत्काळ फलित किंवा परिणाम मिळत नाही, त्यावेळी असं होतं. त्यामुळे ते अधिक जलद गतीच्या, अधिक निर्देशात्मक स्वरूपाच्या संवादाकडे आणि समस्या सोडवणुकीच्या उपाययोजनेकडे वळतात. कोचिंगऐवजी निर्देश देण्यास प्राधान्य देण्याच्या या प्रवृत्तीमुळे टीम सदस्यांच्या समस्या सोडवणुकीच्या आणि समीक्षात्मक दृष्टिकोनातून विचार करण्याच्या कौशल्याच्या विकासात अडथळा येतो. त्याच्यातूनच अखेरीस टीमच्या वाढीवर आणि स्वीकारार्हतेवर परिणाम होऊ शकतो.

कोचिंगमधून नेत्याला नेमकं काय हवं आहे त्यावर लक्ष केंद्रित करण्याऐवजी टीमला त्यामुळे काय फायदे होत आहेत त्यावर लक्ष केंद्रित केलं पाहिजे. कोचिंगमुळे टीमच्या सदस्यांच्या विकासास आणि त्यांच्याकडे असलेली अद्वितीय कौशल्यं खुली करण्यास मदत होते. प्रत्येक टीमच्या सदस्याचं यश हेच नेत्याचं यश असतं. दृष्टिकोनातील बदल ओळखणं हीच कोचिंगच्या खऱ्या मूल्याचं मूल्यमापन करण्याची गुरूकिल्ली आहे.

कोचिंगमुळे कायापालट घडवून आणणारा परिणाम होतो. त्यामुळे असामान्य परिणामांची निर्मिती करण्याच्या टीमच्या सदस्याच्या क्षमतेचा विस्तार होतो. कोचची भूमिका ही व्यवस्थापकाच्या भूमिकेहून खूपच वेगळी असते. व्यवस्थापक हा फक्त उद्दिष्टं निश्चित करतो आणि कामगिरीचे आढावे घेतो. कोचच्या भूमिकेत शिरून, टीमच्या सदस्यांनी आणखी अधिक चांगले परिणाम निर्माण करावेत

म्हणून तुम्ही त्यांना कशी मदत करू शकता हे तुम्हाला स्वतःलाच विचारावं लागतं. तुमच्या टीमच्या सदस्यांच्या यशाला प्रोत्साहन देण्याच्या प्रामाणिक तळमळीसह तुम्हाला टीमच्या सदस्यांशी संपर्क साधावा लागतो.

कोचिंग देण्याची शैली जोपर्यंत तुमच्या नेतृत्वशैलीचा अविभाज्य भाग होत नाही, तोपर्यंत तिचा सराव करत राहा. या बांधिलकीतून, एक प्रशिक्षक (कोच) म्हणून काम करणारे नेतृत्व हे परिणामांमध्ये तत्काळ सुधारणा घडवून आणण्यात योगदान देईलच, शिवाय टीममध्ये वाढीचं, विकासाचं आणि उच्च कामगिरीचं वातावरणही रुजवेल.

महत्त्वाचे मुद्दे

- अनेक लीडर सुरुवातीला कोचिंगविषयक प्रश्न विचारतात, परंतु त्यांना अपेक्षित असलेली उत्तरे त्यांना मिळत नाहीत. अशा वेळी ते पुन्हा एकदा झटकन सल्ला देण्याच्या शैलीकडे वळतात.
- आपण कोचिंगविषयक प्रश्नच विचारत आहोत असं नेत्यांना वाटू शकतं, परंतु प्रत्यक्षात त्यांनी विचारलेले प्रश्न हे प्रश्नांच्या बुरख्याआड लपलेल्या सूचना असू शकतात.
- पुरेशा जिज्ञासेसह प्रश्न विचारणे आवश्यक असते. फक्त प्रश्न विचारले पाहिजेत म्हणून ते विचारत राहणे, हा प्रश्न विचारण्याचा खरा हेतू नाही. प्रश्नाच्या उत्तराविषयी जिज्ञासा असणे गरजेचे आहे.

या प्रकरणातील कोणती गोष्ट तुम्हाला सर्वाधिक उपयुक्त वाटते?

....

....

....

....

....

....

‘मौन म्हणजे अस्तित्वहीनता नव्हे, तर ते अस्तित्व असते. ते म्हणजे रिक्तता नसते, तर परिपूर्ती असते.’

– ॲन डी. लेक्लेअर

प्रकरण २१
मौनात आरामशीर राहणे

प्रख्यात लेखिका ॲन डी. लेक्लेअर आपल्याला मौनाची परिवर्तनात्मक ताकद ओळखण्यास सांगतात. मौनाकडे अस्तित्वहीन गोष्ट म्हणून न पाहता त्याला अस्तित्व असल्याचं पाहण्यास सांगतात. गडबड गोंधळाच्या आवाजांनी भरलेल्या आणि सतत कोणत्या ना कोणत्या प्रकारे उद्दीपित होत असलेल्या जगात मौन हे एक अभयारण्य असतं. त्याच्यातून प्रचंड अंतर्दृष्टी प्राप्त होतात आणि अनेक गोष्टी उघड होतात.

ॲन या लिसनिंग बिलो द नॉईज, द ऑर्किड सिस्टर्स आणि हॅलो इफेक्ट यांसारख्या उत्तम खपाच्या पुस्तकांच्या लेखिका आहेत. दर महिन्याच्या पहिल्या आणि तिसऱ्या सोमवारी त्या मौन पाळतात. या प्रत्येक दिवशी त्या चोवीस तास काहीही बोलत नाहीत.

Anneleclaire.com या वेबसाईटवर त्यांनी असा उल्लेख केला आहे की – 'मौन हा माझा एक अत्यंत महान गुरू आहे. ते मला जगण्यासाठी एक बलस्थान मिळवून देतं. मला बळकट करतं. माझी चाचणी घेतं आणि माझ्या दुखावलेपणाला खोलवर जाऊन बरं करण्यास प्रोत्साहन देतं.'

ॲन मौनाच्या व गाढ श्रवणाच्या किंवा ऐकण्याच्या महत्त्वावर कार्यशाळा आणि आत्मचिंतन शिबिरं घेतात.

'बोलणं हे चांदी असतं, मौन हे सोने असतं,' ही म्हण तुम्ही कदाचित ऐकली असेल. मौन हा कोचिंगमधील महत्त्वाचा भाग असतो, कारण त्यामुळे कोचिंग घेणाऱ्या व्यक्तीला विचार करण्यास पुरेसा वेळ मिळतो.

समाजमाध्यमं, सातत्याने येणारे संदेश, ई-मेल, फोन कॉल, बैठका यांसारख्या सातत्याने लक्ष विचलित करणाऱ्या गोष्टींमुळे हल्ली मौनाच्या कालखंडांचा अनुभव घेणं दुर्मीळ झालं आहे. विचार करण्यासाठी जाणीवपूर्वक काही काळ मौनात घालवण्यासाठी क्वचितच वेळ मिळतो.

या प्रकरणाच्या सुरुवातीला 'परिपूर्ती' या शब्दाचा उल्लेख करण्यात आला आहे. ज्यावेळी आपण कोणतीही गोष्ट भरण्याकरिता जागा करतो, तेव्हाच परिपूर्ती किंवा दुसऱ्या शब्दांत, मोठ्या प्रमाणात भरून जाण्याची स्थिती निर्माण होते. मौन हे अशा परिपूर्तीसाठी काही गोष्टींना आकर्षित करतं. मग ते विचार, कल्पना किंवा अगदी भावनाही असू शकतात. मौनामुळे तयार झालेल्या रिक्त जागेची यांपैकी कोणत्याही गोष्टीने परिपूर्ती होऊ शकते. म्हणून मौनाच्या काळात तुम्ही मनाला नवीन विचार किंवा कल्पना समोर येऊ देण्यास अवकाश देता. मौनाचं हेच खरं महत्त्व आहे.

कोचिंगमध्ये प्रश्न विचारल्यानंतर काही काळ मौनाचा वेळ जाऊ देणं ही सर्वसाधारण गोष्ट असते. हे मौन, ही शांतता विचित्र वाटू शकते. त्यामुळे अवघडल्यासारखी परिस्थिती निर्माण होऊ शकते. परंतु त्याच वेळात प्रश्न विचारण्यात आलेली व्यक्ती प्रश्नाचा विचार करत असते. अशा परिस्थितींमध्ये कोच तोच प्रश्न पुन्हा विचारतो किंवा प्रश्नाची पुनर्रचना करून तो विचारतो. मात्र ही गोष्ट जाणीवपूर्वक टाळली पाहिजे, कारण त्यामुळे व्यक्तीची विचारप्रक्रिया विस्कळीत होते. तिची विचारशृंखला तुटते.

कोचिंगच्या सत्रात शांतता असते, मौन निर्माण होतं त्यावेळी ते मोडण्याची तीव्र इच्छा निर्माण होऊ शकते. परंतु अशा प्रकारे हस्तक्षेप करण्याच्या इच्छेला रोखणं महत्त्वाचं असतं. कोचिंग दिलं जात असलेल्या व्यक्तीला तिच्या उत्तराचा विचार करू देत. कोच म्हणून त्या काळातील शांततेशी, त्या व्यक्तीच्या मौनाशी तुम्ही जुळवून घेऊन त्या वेळेत शांतपणे, अगदी आरामशीरपणे थांबण्याची गरज असते. आपल्याला तत्काळ उत्तरं मिळण्याची किंवा देण्याची सवय असली तरी आपण थांबलं पाहिजे.

कोचिंगच्या सत्रात तुम्ही प्रश्न विचारला आणि प्रश्न विचारण्यात आलेला सदस्य शांत राहिला तर त्याला त्याचा विचार करण्याचा वेळ द्या. तसं करणं महत्त्वाचं असतं. अगदी त्या दरम्यानचा मौनाचा छोटासा कालखंडही मोठा वाटू शकतो. परंतु तो मूल्यवान असतो.

या स्तब्धतेनंतर तो सदस्य असं म्हणाला की, 'तुम्ही मला हा प्रश्न विचारला त्यावर मी असा विचार करत होतो की, ... ' तर समजा, तुमचं कोचिंग काम करत आहे. कोचिंगच्या सत्रात मौनाच्या संक्षिप्त कालावधीनंतरच अनेक उत्तम कल्पना आणि उपाययोजना समोर येतात. म्हणून मौनात आरामशीरपणे राहणं, त्याच्याशी जुळवून घेणं हे कौशल्य कोचने विकसित केलं पाहिजे. त्याने जी कौशल्यं विकसित

करण्याची गरज असते, त्यांच्यापैकी हे एक महत्त्वाचं कौशल्य आहे. कोचिंग घेत असलेल्या सदस्याला त्याचे विचार व्यक्त करण्याची मुभा देणं आणि नंतर विशिष्ट परिस्थितीवर मात करण्यासाठी कृती आराखडा तयार करण्यास त्याला मदत करणं हे कोच म्हणून काम करत असलेल्या नेत्याने विकसित करावयाचं महत्त्वाचं कौशल्य असतं.

महत्त्वाचे मुद्दे

- 'मौन' हा कोचिंगचा आवश्यक भाग आहे, कारण त्यामुळे कोचिंग घेत असलेल्या व्यक्तीला विचार करण्यास वेळ मिळतो.
- कोचिंगच्या सत्रात तुम्हाला मौनाचा सामना करावा लागतो, त्यावेळी थोडा वेळ थांबा. बिलकूल हस्तक्षेप करू नका, कारण त्याच वेळात कोचिंग घेत असलेल्या व्यक्तीला कमालीच्या विलक्षण कल्पना स्फुरण्याची शक्यता असते. त्याकरिता थांबून राहणे हे गरजेचेच असते.

या प्रकरणातील कोणती गोष्ट तुमच्या दृष्टीने सगळ्यात जास्त उपयुक्त आहे?

....

....

....

‘एखाद्याने किती संचय केला आहे त्यावरून यश मोजले जाऊ नये, तर ती व्यक्ती आपण संचय केलेल्या गोष्टींचा इतरांच्या सेवेकरिता किती प्रमाणात उपयोग करते, त्यावरून ते केले जावे.’

– स्वामी विवेकानंद

प्रकरण २२
अध्ययनाचा पुढचा टप्पा

आता हे अध्ययन आचरणात आणण्याची वेळ आली आहे.

आता आपण प्रशिक्षणाचा दृष्टिकोन स्वीकारण्याच्या विविध पद्धती पाहूया.

१. स्किप-लेव्हल बैठका आणि समोरासमोरच्या बैठका

२. ग्रो मॉडेल कोचिंग

३. कोचिंगमध्ये 'एनएलपी'ची भर घालणं

'स्किप लेव्हल' बैठका

समोरासमोरच्या बैठका आणि स्किप लेव्हल बैठका घेणं ही आतापर्यंत केलेलं अध्ययन आचरणात आणण्याची सर्वात प्रभावी पद्धत आहे.

या बैठकीत, तुम्हाला अहवाल सादर करणाऱ्या अधिकाऱ्यांच्या हाताखालच्या टीमच्या सदस्यांना तुम्ही थेट समोरासमोर भेटता. म्हणजेच तुमच्या लगतच्या कनिष्ठ स्तराहून एका स्तराने कनिष्ठ असलेल्या सदस्यांना तुम्ही समोरासमोर भेटता. याचा अर्थ तुमच्या स्तरानंतरचा एक स्तर सोडून खालच्या स्तरावर असलेल्या सदस्यांना तुम्ही भेटता. म्हणून तुम्ही एक स्तर सोडून देता आणि त्या नंतरच्या स्तरावर जाता. श्रेणिबद्धतेच्या सीमारेषा तोडण्यासाठी संस्थेत या प्रक्रियेचं संस्थात्मिकरण करणं अत्यंत महत्त्वाचं असतं.

प्रत्येक व्यक्तीबरोबर काम करण्यासाठी वेळ काढणं महत्त्वाचं असतं. त्यांना स्वतःच्या कामगिरीची व व्यावसायिक अशी दोन्ही उद्दिष्टं साध्य करायची असतात. हे करताना त्यांच्या क्षमतांवर सगळ्यात मोठा परिणाम करणारी क्षेत्रं कोणती आहेत ते समजून घेणं महत्त्वाचं असतं. त्याकरिता हा वेळ काढलाच पाहिजे.

अशा प्रकारे स्किप लेव्हल किंवा समोरासमोरच्या बैठका घेऊन तुम्ही टीमच्या सदस्यांच्या मनांमध्ये काय चाललंय ते समजून घेऊ शकता. त्यांच्या अपेक्षा आणि

उद्दिष्टं तुम्हाला समजून घेता येतात. कोचिंगच्या दृष्टिकोनातून उचित प्रश्न विचारून, तुम्ही सदस्यांना त्यांच्या उद्दिष्टांवर लक्ष एकवटण्यास आणि कृती आराखडे तयार करण्यास मदत करू शकता.

यामुळे तुम्हाला तुमच्या टीमला अधिक चांगल्या प्रकारे समजून घेण्यास मदत होईल, शिवाय त्यांनाही काही पैलूंवर काम करण्यास साहाय्य मिळाल्यामुळे त्यांच्या कामगिरीत सुधारणा करता येईल आणि त्यांच्या वाढीला चालना मिळेल.

आपण यशस्वी व्हावं आणि आपली वाढ व्हावी अशी नेत्याची प्रामाणिक इच्छा असल्याचं समजण्याहून इतर कुठल्याही गोष्टीने टीमच्या सदस्यांच्या मनात अधिक प्रमाणात निष्ठा निर्माण होत नाही. याहून इतर कोणत्याही प्रकारे त्यांना अधिक प्रोत्साहनही मिळत नाही.

अशा प्रकारच्या समोरासमोरच्या बैठकांमधून टीमच्या सदस्यांना त्यांच्या करिअरमधील प्रगतीचं चित्र डोळ्यांसमोर आणण्यास तुम्ही मदत करू शकाल. त्यांच्या कामगिरीची आणि विकासाची उद्दिष्टं निश्चित करू शकाल आणि संस्थेत प्रगती करून घेण्यासाठी त्यांची तयारी करून घेऊ शकाल.

पुढे काही साधे, खुले प्रश्न दिले आहेत. तुम्ही ते विचारून पाहू शकाल. (खुल्या प्रश्नांसाठी फक्त 'होय' किंवा 'नाही' एवढ्या शब्दांतील उत्तरं अपेक्षित नसतात. त्याहून सविस्तर उत्तरं अपेक्षित असतात.) अशा बैठकांमध्ये हे प्रश्न अतिशय् उपयुक्त ठरत असल्याचा माझा अनुभव आहे.

स्किप लेव्हल बैठका (३०-४५ मिनिटे)

- कसं काय चाललंय?
- कुठल्या गोष्टीत तुमचं चांगलं चाललंय?
- तिथे काही आव्हाने आहेत का?
- आणखी काय करता येईल असं तुम्हाला वाटतं?
- तुम्हाला काही मदत हवी आहे का? किंवा पाठबळ हवं आहे का?
- तुम्हाला आणखी काही सांगायचं आहे का?

याकरिता कोणतीही कार्यक्रमपत्रिका असू नये. तो एक खुला संवाद असला पाहिजे. यात ७० ते ८० टक्के वेळ ऐकण्यात आणि २० ते ३० टक्के वेळ बोलण्यात गेला पाहिजे. टीमच्या सदस्यांच्या बोलण्यात अडथळा न आणता त्यांना हवं तितकं

बोलू द्यावं. कृपा करून या बैठकीला आढावा बैठकीचं स्वरूप आणू नका.

तुम्हाला कदाचित तुमच्या टीमच्या सदस्यांसमोरची वैयक्तिक आव्हानंही समजून घ्यायची असतील. त्यांच्या व्यावसायिक भूमिकांवर परिणाम करणाऱ्या त्यांच्या वैयक्तिक समस्या सोडवण्यास तुम्ही त्यांना कशी मदत करू शकता तेही तुम्हाला जाणून घेता येईल.

कोणत्याही प्रकारच्या संवादात समरसता, सहानुभूती आणि संयम या गोष्टी आवश्यक असतात. तुमच्या टीमच्या सदस्यांच्या आकांक्षांविषयीच्या मर्मदृष्टी मिळवण्यासाठी सक्रियपणे ऐकण्याची सवय लावून घ्या. त्यांना कशामुळे प्रोत्साहन आणि प्रेरणा मिळते ते शोधा. अखेरीस, टीममध्ये आणि संस्थेत ते जास्तीत जास्त योगदान कसं देऊ शकतील यावर चिंतन करा.

आठवड्यात अशा प्रकारच्या दोन ते तीन बैठका घेण्याचा प्रयत्न करा. ४० मिनिटं ही प्रत्येक बैठकीची आदर्श वेळ असेल. तुम्हाला मिळणारे परिणाम पाहून तुम्ही आश्चर्याने थक्क व्हाल. आपलं म्हणणं ऐकून घेतल्यामुळे तुमच्या टीमच्या सदस्यांनाही अत्यानंद होईल.

आभासी (व्हर्च्युअल) पद्धतीचे फायदे

आधी आपण ज्या प्रकारे कामकाज करत होतो, त्यात कोविड महासाथीने बदल घडवून आणला. झूम, गूगल मीट, मायक्रोसॉफ्ट टीम इ. व्यासपीठांच्या माध्यमातून आभासी (व्हर्च्युअल) बैठका घेण्याचा फायदा आपल्याला दिसून आला. ठिकाण हा अडथळा असू शकत नाही. आपण कुठूनही काम करू शकतो, हे आपल्याला दिसलं.

माझ्या अनुभवानुसार, आभासी बैठका या प्रत्यक्ष बैठकांइतक्याच प्रभावी असतात. याचं एक कारण असं आहे की, ठरलेल्या ऑनलाईन बैठकीची वेळ निश्चितपणे पाळली जाते. बैठकीत सहभागी होणारे लोक आपापल्या निवांत ठिकाणी असतात. समोरासमोरची मार्गदर्शन सत्रं आभासी पद्धतीने घेतली तरीही ती प्रत्यक्ष भेट-सत्रांइतकीच प्रभावी ठरतात.

अशा प्रकारे आजच्या नेत्याला विविध भौगोलिक प्रदेशांमधील टीमच्या सदस्यांची समोरासमोर आभासी बैठक घेण्याचा लाभ मिळत आहे.

महत्त्वाचे मुद्दे

- नियमित समोरासमोरच्या आणि स्किप लेव्हल बैठकांमुळे तुमच्या टीमच्या सदस्यांच्या मनात काय चालले आहे ते समजून घेण्यास मदत होते. त्यांच्या आधारे टीमच्या सदस्यांना त्यांच्या कामगिरीत सुधारणा करण्यासाठी आणि वाढीस उत्तेजन देण्यासाठीही मदत करता येते.
- 'कोचिंग'विषयक दृष्टिकोनातून तुमच्या टीमच्या सदस्यांच्या आकांक्षांविषयीच्या मर्मदृष्टी तुम्हाला मिळू शकतील. त्याकरिता उचित प्रश्न विचारण्याची आणि सक्रियपणे ऐकण्याची सवय लावून घ्या. आपलं कमाल योगदान देण्यासाठी त्यांना कशामुळे उत्तेजन आणि प्रेरणा मिळते ते शोधून काढा.
- आभासी बैठकाही प्रत्यक्ष समोरासमोरच्या बैठकांइतक्याच महत्त्वाच्या असतात, कारण त्यांच्या वेळा आणि विषयपत्रिका स्पष्टपणे निश्चित करण्यात आलेल्या असतात.

या प्रकरणातील कोणती गोष्ट तुम्हाला सर्वाधिक उपयुक्त वाटली?

....

....

....

....

....

....

‘लोकांमधून सर्वोत्तम मिळवण्यासाठी त्यांच्यात त्या सर्वोत्तम गोष्टी आहेत यावर आपल्याला विश्वास ठेवावा लागले. परंतु त्या किती प्रमाणात आहेत; ते कसे समजेल आणि आपण त्या कशा बाहेर काढू शकू?’

– सर जॉन व्हिटमोर

प्रकरण २३
'ग्रो मॉडेल'च्या साहाय्याने प्रशिक्षण

'लोकांमधून सर्वोत्तम मिळवण्यासाठी त्यांच्यात त्या गोष्टी आहेत; यावर आपल्याला विश्वास ठेवावा लागेल. परंतु त्या किती प्रमाणात आहेत ते आपल्याला कसं समजेल आणि आपण त्या कशा बाहेर काढू शकू?'

याचा अर्थ असा आहे की, प्रत्येकात उत्तम गोष्टी असल्यावर आपण विश्वास ठेवला पाहिजे आणि नंतर त्या आहेत व किती प्रमाणात आहेत हे समजून घेण्याचा प्रयत्न केला पाहिजे. त्यांचं महत्त्व ओळखून त्या गोष्टी योग्य मार्गाने बाहेर येऊ दिल्या पाहिजेत. हे करता आलं तरच लोकांकडून सर्वोत्तम गोष्टी मिळवता येतील.

बाराव्या प्रकरणात मी कोचिंगचं 'ग्रो मॉडेल' स्पष्ट केलं आहे. कोचिंगच्या सत्रांमधील ही एक लोकप्रिय आणि उपयुक्त चौकट आहे.

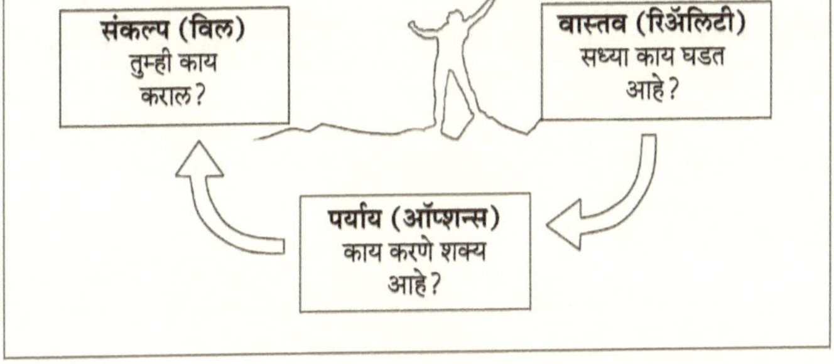

टीमच्या सदस्यांना इच्छित फलितांचा किंवा उद्दिष्टांचा विचार करण्यासाठी मार्गदर्शन करणं आणि या उद्दिष्टाभोवतीच कोचिंगच्या प्रक्रियेची रचना करणं हे कोचिंगचं मुख्य उद्दिष्ट असतं. सत्राच्या अखेरीपर्यंत आपल्याला कोणते परिणाम मिळावेत असा कोचिंग घेणाऱ्या व्यक्तीचा हेतू आहे हे समजण्यासाठी सत्राच्या प्रारंभीच करारनामा तयार करणं महत्त्वाचं असतं.

कोचिंगच्या प्रक्रियेत उचित प्रश्न विचारणं आणि कोचिंग घेत असलेल्या सदस्याचा प्रतिसाद सक्रियपणे ऐकणं महत्त्वाचं असतं. यामुळे सध्याची परिस्थिती, आधी कोणते प्रयत्न करण्यात आले आहेत आणि कोणती आगामी पावलं उचलता येतील हे समजून घेण्यास मदत होते. पुढे जाण्याचा उत्तम मार्ग ठरवणं हे यामागचं उद्दिष्ट असतं.

प्रगतीला खीळ घालणारी कोणतीही गृहीतकं, सर्वसामान्यीकरणं किंवा अवास्तव अपेक्षा उघड करण्यास प्रश्न विचारण्याची मदत होते. या गोष्टी बाजूला ठेवल्यावर टीमचे सदस्य प्रत्यक्ष वस्तुस्थितींवर किंवा वास्तवांवर लक्ष केंद्रित करू शकतात. त्यानंतर त्यांना परिस्थिती अधिक स्पष्टपणे समजते.

मुख्य समस्या ओळखली गेली की, कोचिंग घेत असलेल्या व्यक्तीला आधीच्या प्रयत्नांचा विचार करण्यास मदत करणं आणि विचारमंथन (ब्रेनस्टॉर्मिंग) करून पुढील व्यूहरचना ठरवणं ही त्यापुढची पायरी असते. यामुळे समस्येचा सखोल शोध घेण्यास आणि कृती करण्यायोग्य कल्पनांची निर्मिती करण्यास प्रोत्साहन मिळतं.

कोचिंगची मूलभूत चौकट :

▪ **उद्दिष्ट (G : गोल) /अपेक्षित परिणाम**
वास्तव (R : रिॲलिटी), पर्याय (O : ऑप्शन्स) कोचिंगचा मुख्य भाग
▪ **संकल्प (W) /कृती)**

पुढे कोचिंगच्या प्रक्रियेच्या मुख्य भागाचं प्रतिनिधित्व करणारं कोचिंगच्या मूलभूत चौकटीचं चित्र देण्यात आलं आहे.

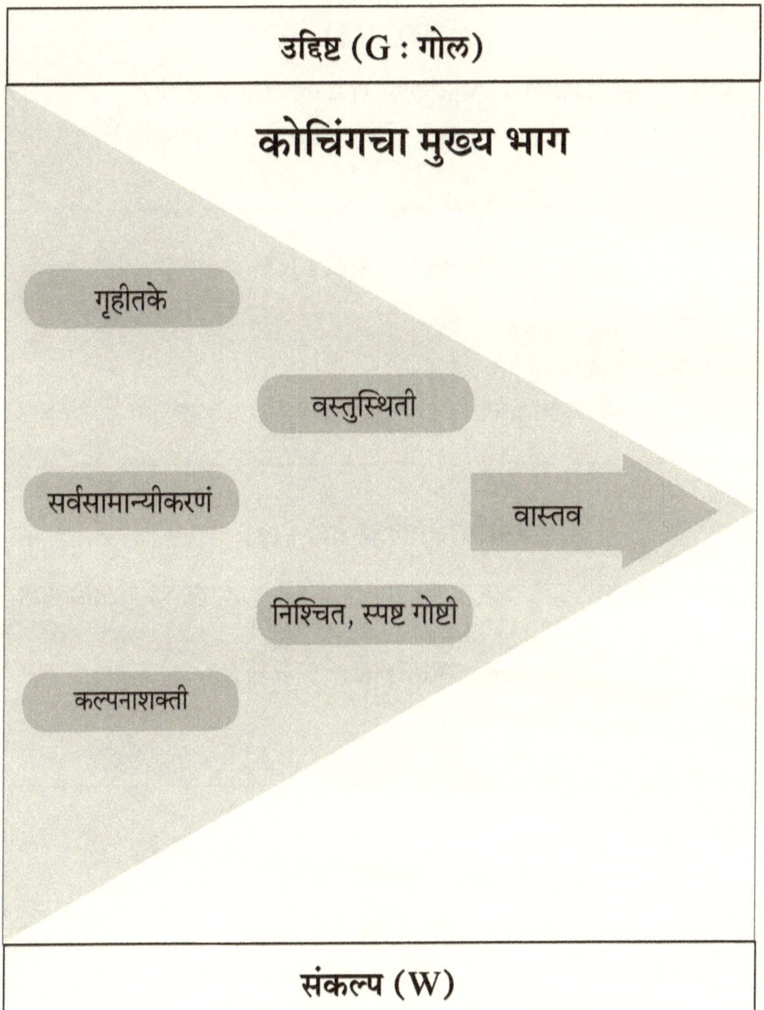

'कोचिंग'च्या प्रश्नांसह चौकट पुढीलप्रमाणे दिसेल.

उद्दिष्ट (G) ▪ आज तुम्हाला कशाच्या संदर्भात प्रशिक्षण घेण्याची इच्छा आहे? ▪ आजच्या सत्रातून तुम्हाला कोणता परिणाम मिळणे अपेक्षित आहे?
वास्तव तपासणे (R) ▪ आता काय घडत आहे? ▪ तुम्हाला कसे काय माहीत आहे? ▪ तुम्हाला साध्य करावयाच्या उद्दिष्टावर त्याचा कसा काय परिणाम होतो?
पर्यायांचा शोध घेणे (O) ▪ आतापर्यंत तुम्ही काय काय करून पाहिले आहे? आणि त्याचा परिणाम काय मिळाला? ▪ आणखी काय करणे शक्य आहे असे तुम्हाला वाटते? ▪ कोणत्या कृती करणे शक्य आहे?
संकल्प / पुढचा मार्ग (W) ▪ आता पुढची कृती केव्हा करावी असे तुम्हाला वाटते? ▪ कोणत्या गोष्टीमुळे तुम्ही ही कृती करण्यास जबाबदार असाल?

प्रभावी प्रश्न विचारणे

कोचिंग घेणारी व्यक्ती अनेक गोष्टी गृहीत धरत असल्याचं आणि सर्वसामान्यीकरणाच्या स्वरूपात बोलत असल्याचं आढळतं, त्यावेळी तुम्ही तिला अधिक प्रभावी प्रश्न विचारण्याची गरज असते. तिला ही सर्वसामान्यीकरणं आणि गृहीतकं सोडून देण्यास भाग पाडणारे प्रश्न विचारले पाहिजेत.

पुढे काही उदाहरणे दिली आहेत :

- तुम्हाला हे कसे माहीत आहे की.....?
- ही गोष्ट काम करणार नाही हे तुम्हाला कसे काय समजले?
- यात तुमच्या हातात काय आहे? किंवा तुमचे कशावर नियंत्रण आहे?

उद्दिष्ट (G) :

कोचिंग घेणाऱ्याला कोणत्या उद्दिष्टावर किंवा समस्येवर चर्चा करण्याची इच्छा आहे हे विचारणं ही पहिली पायरी आहे.

आज कोणत्या गोष्टीवर कोचिंग दिलं जावं असं तुम्हाला वाटतं? यासारखा हा प्रश्न असू शकेल.

कोचिंगच्या सत्राच्या अखेरीस कोचिंग दिलं जाणाऱ्या व्यक्तीला कोणत्या फलिताची अपेक्षा आहे ते तपासणं ही त्यानंतरची पायरी असेल.

आजच्या सत्रातून तुम्हाला कशाची अपेक्षा आहे? अशा प्रकारचा हा प्रश्न असू शकेल.

हा अत्यंत महत्त्वाचा भाग असतो, कारण कोचिंगच्या सत्राच्या दरम्यान कोचिंग घेणारी व्यक्ती विषयापासून विचलित होण्याची शक्यता असते. अशा वेळी संबंधित विषयावरच लक्ष एकवटून चर्चा होत राहावी यासाठी तिला अपेक्षित असलेल्या परिणामाची आठवण करून देऊन तिला पुन्हा त्या विषयाकडे वळवत राहावं लागेल.

वास्तव (R) :

त्यानंतरचा भाग हा कोचिंगचा मुख्य भाग आहे. इथे कोचिंग घेत असलेल्या व्यक्तीला बारीकसारीक तपशील विचारात घेऊन सध्याच्या परिस्थितीचा धांडोळा घ्यावा लागतो.

सध्या काय घडत आहे? अशा स्वरूपाचा प्रश्न तुम्ही त्याकरिता विचारू शकाल.

कोचिंग घेणाऱ्या व्यक्तीला तिची गृहीतकं आणि सर्वसामान्यीकरणं काढून टाकण्यास आणि वस्तुस्थिती व निश्चित गोष्टींची चर्चा करण्यास मदत करणारे प्रश्न विचारणं ही त्याच्या पुढची पायरी असते.

ती व्यक्ती सर्वसामान्य विधाने करू शकते किंवा तिची गृहीतकं मांडू शकतो. उदाहरणार्थ, मला असं वाटतं की..., ते असा विचार करतात की..., हे असं वाटतंय की... इत्यादी.

इथे ही गृहीतकं मोडून काढण्यासाठी तुम्हाला प्रभावशाली प्रश्न विचारावे लागतात. उदाहरणार्थ,

- तुम्हाला हे कसं काय माहीत आहे?
- 'ते' म्हणजे नेमके कोण?
- त्यांनी नेमके काय म्हटले होते?
- तुम्ही हा विचार कशामुळे करत आहात?

यामुळे आपण विचार करत असलेल्या अनेक गोष्टी ही निव्वळ आपली गृहीतकं आहेत, त्यांना खरोखरचा कोणताही आधार किंवा पुरावा नाही, हे कोचिंग घेत असलेल्या व्यक्तीच्या लक्षात येईल.

मूळ समस्येचा शोध घेणं ही त्यानंतरची पायरी आहे. पुढील प्रश्नांमुळे कोचिंग घेत असलेल्या व्यक्तीला समस्येच्या गाभ्यापर्यंत पोहोचण्यास मदत होऊ शकेल.

- हे काम करणार नाही असे तुम्हाला कशामुळे वाटले?
- तुम्हाला हे कसे काय माहीत आहे?
- यांपैकी कोणत्या गोष्टी तुमच्या आटोक्यात आहेत? किंवा यांपैकी कशावर तुमचे नियंत्रण आहे?

त्यानंतर कोचिंग घेणाऱ्यालाच वर दिलेल्या प्रश्नांपैकी एखाद्या प्रश्नावर विचार करून बोलू द्या. त्यांना चिंतन करून, थोडा वेळ थांबून नंतर बोलू द्यात. याच

ठिकाणी तुम्ही हस्तक्षेप टाळण्याची आणि संबंधित व्यक्तीला मोकळेपणाने बोलू देण्याची गरज असते.

कोचिंग घेणाऱ्याने आपलं उत्तर पूर्ण केलं आहे असं तुम्हाला वाटल्यावरही तुम्ही आणखी काही प्रश्न विचारून त्याला आणखी खोलात शिरण्यास प्रवृत्त करा.

'आणखी काय?' हा एक साधा प्रश्न असल्यासारखं वाटू शकेल. परंतु तो एखाद्याला अधिक सखोल विचार करण्यास आणि आपल्या समोरच्या समस्येच्या सर्व पैलूंचा शोध घेण्यास भाग पाडणारा अतिशय उपयुक्त प्रश्न ठरू शकतो.

पर्याय (O) :

- आतापर्यंत तुम्ही काय काय करून पाहिलं आहे?
- परिणाम काय मिळाला होता?
- तुम्ही आणखी काय करू शकता असं तुम्हाला वाटतं?

अशा प्रकारचे प्रश्न विचारा. आता या ठिकाणी कदाचित उत्तर मिळण्यासाठी दीर्घ काळ जाऊ द्यावा लागेल. याचा अर्थ ती व्यक्ती सखोल विचार करत असते. एक तर ती तुमच्याकडे पाहते किंवा वर पाहत राहते. एक कोचम्हणून इथे तुम्ही शांत राहणं ही सगळ्यात महत्त्वाची गोष्ट असते.

कोचिंगमधील हा सर्वात अवघड भाग असू शकतो, कारण संभाषणात इतका वेळ शांत राहण्याची आपल्याला सवय नसते. परंतु इथे एक गोष्ट लक्षात ठेवा की, हे नेहमीचं, सहज होणारं संभाषण नाही किंवा ही मुलाखतही नाही. हे कोचिंग आहे आणि त्यात कोचिंग घेत असलेल्या व्यक्तीने भरपूर विचार करण्याची गरज असते.

तुम्ही तिला शांततापूर्वक विचार करण्यास वेळ दिला नाही तर तुम्ही तिची विचारप्रक्रिया खंडित करण्याची आणि विलक्षण उपाययोजना समोर येण्याची शक्यताही वाया घालवण्याची शक्यता असते.

कोचिंग घेत असलेल्या व्यक्तीला नेहमी जे माहीत असतं, त्याच्याही पलीकडे जाऊन तिला विचार करायला लावणं हीच कोचिंगमागची कल्पना असते. कोचिंगचा मूळ हेतूच तो असतो. तुम्ही विचारत असलेल्या खुल्या प्रश्नांमुळे त्या व्यक्तीला अधिक सखोल विचार करावा लागतो आणि मग एखादी नवीन वाट सापडते किंवा यशाकडे नेणारा उत्तम मार्ग सापडतो.

या टप्प्यावर कोचिंग घेणारी व्यक्ती कृतींच्या संदर्भातील काही कल्पना मांडू शकते. आता तुम्ही तिला असा प्रश्न विचारण्याची आवश्यकता असते की, कोचिंगच्या सत्राच्या सुरुवातीला तुम्ही ज्या फलिताची अपेक्षा ठेवली होती, त्याच्याशी या कृती सुसंगत आहेत का?

जर याचं उत्तर 'होय' असं असेल तर त्याला त्या कृतींना तपशीलवार मांडू देत. जर याचं उत्तर 'नाही' असं असेल तर त्याचे इच्छित परिणाम शोधण्यासाठी इतर कल्पना शोधणं त्याने सुरू ठेवलं पाहिजे.

संकल्प / पुढचा मार्ग (W) :

कोचिंग घेणाऱ्या व्यक्तीला एकदा आपल्या इच्छित परिणामाशी सुसंगत असलेली कृती ओळखता आली की, ती कृती करण्याची जबाबदारी पत्करणं ही त्या पुढची पायरी असते.

त्याकरिता पुढील प्रश्न विचारा :

- ही कृती तुम्हाला कशी आणि कधी करण्याची इच्छा आहे ?
- या कृतीची जबाबदारी तुम्ही कशी घ्याल?

'कोचिंग'चे लाभ

'कोच म्हणून काम करणारे नेतृत्व' हा कार्यक्रम आम्ही पूर्ण केला. त्यानंतर आम्ही टीमच्या नेत्यांना त्यांच्या टीमच्या सदस्यांसोबत कोचिंगची सत्रं सुरू करण्यास सांगितलं.

ही सत्रे घेतल्यानंतर त्यांनी आम्हाला पुढील प्रतिक्रिया दिल्या :

- माझ्या टीमचे सदस्य त्यांच्या कामाची जबाबदारी घेत आहेत.
- यामुळे मी आणि माझी टीम यांच्यातील परस्पर-स्नेहाच्या भावनेत वाढ झाली.
- मी या व्यवसायात नवखा असलो तरी माझ्या टीमचं नेतृत्व मी करू शकलो.
- टीमच्या सदस्यांनी माझ्याबरोबर अधिक मोकळेपणाने चर्चा केली.
- टीमच्या सदस्यांना बोलण्याची संधी मिळाल्यामुळे ते खूश होते.
- ते माझ्याकडे उपाययोजना, कल्पना घेऊन आले.
- आधीच्या तुलनेत त्यांच्या कल्पना अधिक चांगल्या होत्या.
- मी कमी बोललो आणि अधिक ऐकलं.

- मला त्यांच्या अपेक्षा समजून घेता आल्या.
- यामुळे मला मोकळा वेळ मिळत आहे.
- आता माझ्या अपेक्षेपेक्षाही ते अधिक चांगल्या प्रकारे समस्या हाताळू शकत आहेत.
- मी त्या विषयतील तज्ज्ञ नसूनही मी टीमचं नेतृत्व करत आहे.
- माझ्या टीमकडून मला उच्च पातळीचा आदर मिळत आहे.

यावरून हे स्पष्ट दिसून येत होतं की, 'कोचिंग'मुळे टीमला प्रेरणा मिळत होती आणि उत्तेजनही मिळत होतं.

तुमच्या कोचिंगच्या सत्राच्या प्रश्न-मंजुषेसाठी आवश्यक असलेले १० प्रश्न

- तुम्हाला नेमके काय साध्य करायचे आहे ?
- ते तुमच्या दृष्टीने का महत्त्वाचे आहे?
- सध्याची स्थिती काय आहे?
- आधी काय करून पाहिले गेले आहे?
- त्याचा आतापर्यंत काय परिणाम मिळाला?
- आणखी काय करता येऊ शकेल असे तुम्हाला वाटते?
- तुमच्याकडे इतर कोणते पर्याय किंवा कल्पना आहेत असे तुम्हाला वाटते?
- आणखी काय?
- यानंतर तुम्ही पुढे काय करणार आहात?
- ते तुम्ही कसे आणि कधी करायचे नियोजन करत आहात का?

महत्त्वाचे मुद्दे

- समस्येची जबाबदारी घेण्याकरिता आणि इच्छित उपाययोजना मिळवण्याकरिता व्यक्तींना मार्गदर्शन करणे, हा कोचिंगचा मुख्य हेतू असतो.
- ज्यावेळी 'कोचिंग' देणारी व्यक्ती गृहीत धरते आणि सार्वत्रिकरण करून बोलते, त्यावेळी गृहीतकांमधून आणि सार्वत्रिकरणातून बाहेर पडण्यास तिला मदत करण्यासाठी प्रभावी प्रश्न विचारण्याची गरज असते.
- व्यक्तींना त्यांच्या सध्याच्या माहितीच्या पलीकडे जाऊन विचार करण्यास मदत करणे हा कोचिंगचा हेतू असतो. खुले प्रश्न विचारल्यामुळे अधिक सखोल विचार करण्यास उत्तेजन मिळते आणि अडथळ्यांची फळी फोडून यशाचा मार्ग शोधता येतो.

या प्रकरणातील कोणती गोष्ट तुम्हाला सर्वाधिक उपयुक्त वाटली?

....

....

....

....

....

....

‘दिवसातून एकदा
स्वतःशी बोला,
अन्यथा, तुम्ही जगातील
अत्यंत विलक्षण
व्यक्तीची भेट घेण्यास
मुकलेले असाल.’

– स्वामी विवेकानंद

प्रकरण २४
स्वयं- कोचिंग

काही वेळा नेते स्वतःच काही गोष्टींमध्ये जखडले गेलेले असतात. त्यांना अडकून पडल्यासारखं वाटतं. अशा वेळी त्यांना पुढे जाण्याचा मार्ग शोधण्यासाठी झटपट कोचिंगची गरज भासते. परंतु त्यांना ऐन वेळी कोणताही कोच उपलब्ध होत नाही.

अशा प्रकरणांमध्ये झटपट कामी येणारा स्वयं-कोचिंगचा दृष्टिकोन वापरणं शक्य असतं.

या दृष्टिकोनात तुम्ही इतरांना कोचिंग देताना जे प्रश्न विचारता, तेच प्रश्न स्वतःलाही विचारणं आवश्यक असतं. तुमचे विचार लिहून काढणं हा यातला महत्त्वाचा मुद्दा असतो. तुम्ही फक्त मनातल्या मनात तुमच्या प्रश्नांना उत्तरं देऊन चालत नाही.

लिहून काढल्यामुळे तुमच्या विचारांवर आणि भावनांवर तुम्हाला प्रक्रिया करता येते. ही गोष्ट रोजनिशी लिहिण्यासारखीच असते. त्यामुळे तुमच्या विचारांमध्ये अधिक सुस्पष्टता येते. एखाद्या कारणामुळे आपण संघर्ष करत असतो. साहजिकच आपल्यावर तणाव येतो.

एका संशोधनानुसार, रोजनिशी लिहिल्यामुळे किंवा इतरत्र आपले विचार लिहून काढल्यामुळे हा तणाव कमी करण्यास मदत होते.

ज्यावेळी तुम्ही विचार लिहून काढण्याची कोचिंगच्या प्रश्नांशी सांगड घालता आणि नंतर कोचिंगविषयक एकेका प्रश्नाचं उत्तर लिहून काढता, त्यावेळी तुमच्या विचारांमध्ये स्पष्टता येते आणि तुमच्या मनातील तणाव व गोंधळ कमी होतो.

ओळीने प्रत्येक प्रश्नाचं उत्तर देत गेल्यामुळे तुमची विचारप्रक्रिया किंवा विचारप्रवाह एका निश्चित मार्गाने पुढे जातो. त्यामुळे तुम्हाला तर्कनिष्ठ निष्कर्षाप्रत पोहोचण्यास मदत होते.

या प्रक्रियेत पुढील प्रश्नांसारख्या प्रश्नांची उत्तरे देणे आवश्यक असते :

माझ्या मनात काय सुरू आहे? मला नेमकं कोणतं फलित किंवा परिणाम हवा आहे? यांसारख्या प्रश्नांमुळे तुमची विचारप्रक्रिया स्पष्ट होईल आणि तुम्ही उपाययोजनेच्या दिशेने जाल किंवा पुढच्या मार्गाकडे पोहोचाल.

अशा स्वयं-कोचिंगच्या दृष्टिकोनासाठी पुढे काही प्रश्न दिले आहेत. त्यांचा उपयोग तुम्ही करू शकाल.

- **माझ्या मनात काय सुरू आहे?**

....

- **नेमकी काय समस्या आहे?**

....

- **मला हवं असलेले फलित काय आहे?**

....

- **ते माझ्यासाठी का महत्त्वाचे आहे?**

....

- **माझ्याकडे कोणते पर्याय आहेत?**

....

- **पूर्वी मला कोणत्या गोष्टीचा उपयोग झाला होता?**

....

- **पुढे जाण्याचा उत्तम मार्ग काय आहे?**

....

- **मी काय करणार आहे आणि ते मी कधी करणार आहे? मी यापुढे कोणते पाऊल उचलणार आहे?**

....

तुम्हाला अतिशय प्रामाणिकपणे या प्रश्नांची उत्तरं देता आली तर तुम्ही पुढच्या तर्कनिष्ठ मार्गापर्यंत पोहोचण्याची मोठीच शक्यता असते.

महत्त्वाचे मुद्दे

- 'कोचिंग'विषयक प्रश्नांची उत्तरे लिहून काढून नेतृत्व झटपट स्वयं-कोचिंग तंत्राचा उपयोग करून घेऊ शकतो. त्यामुळे विचारांमध्ये सुस्पष्टता येण्यास आणि विचारांवर प्रक्रिया करण्यास त्याला मदत होते. ही गोष्ट रोजनिशी लिहिण्यासारखीच असते. विशेषतः ज्यावेळी कोच उपलब्ध नसतो त्यावेळी हे तंत्र खूपच उपयुक्त ठरते.
- रोजनिशी लेखनाची कोचिंगच्या प्रश्नांशी सांगड घातली पाहिजे. त्यानंतर कागदावर किंवा नोट-पॅडवर त्या प्रश्नांची उत्तरे लिहून काढावीत. यामुळे विचारातील स्पष्टतेत वाढ होते आणि तणाव व गोंधळ संपुष्टात येतो.

या प्रकरणाच्या संदर्भात तुम्हाला एखादी टीप लिहावी असे वाटते का?

....

....

....

....

‘माझ्या सध्याच्या यशाचे श्रेय ‘भूतकाळातील मी’ला देतो आणि ‘वर्तमानकालीन मी’ला मार्गदर्शन करण्यासाठी ‘भविष्यकालीन मी’कडे पाहतो.’

प्रकरण २५
'भविष्यकालीन तुम्ही'कडून पत्र

स्वयं-कोचिंगचे उत्तम साधन

तुमच्या जीवनप्रवासात दीपगृह म्हणून काम करू शकणारं स्वयं-कोचिंगचं एक महत्त्वपूर्ण साधन मी तुम्हाला सांगणार आहे.

'वर्तमानकालीन तुम्ही' ला मार्गदर्शन करणारा 'भविष्यकालीन तुम्ही' हे ते साधन आहे. तुम्ही जीवनप्रवास करत असताना तुमच्या दृष्टीने खरोखरचं काय महत्त्वाचं आहे याचा विचार करण्यासाठी हा 'भविष्यातील तुम्ही' तुम्हाला मदत करतो.

तुम्ही ९० वर्षांची सुज्ञ व्यक्ती असताना सध्याच्या तुम्हीला तुम्ही कोणता सल्ला द्याल? भविष्यकाळातून तुम्ही स्वतःला काय सांगाल?

तुमच्या जीवनाचा हेतू स्पष्ट करण्याचं, तुमच्या उद्दिष्टांचा अर्थ स्पष्ट करण्याचं आणि तुमच्या दृष्टीने खरोखरच काय महत्त्वाचं आहे हे ओळखण्याचं हे एक अत्यंत महत्त्वाचं साधन आहे. यामुळे तुमच्या आकांक्षांविषयी आणि प्राधान्यांविषयी तुमच्या मनात अधिक खोलवर आकलन किंवा समज निर्माण होईल. तुमच्या जीवनाचे अत्यंत लक्षणीय पैलू कोणते आहेत हे तुम्हाला समजल्याची हमीही तुम्हाला मिळेल.

आता ९० वर्षांच्या तुमच्याकडून सध्याच्या तुम्हाला पत्र पाठवलं जात आहे अशी कल्पना करा. त्या ९० वर्षांच्या तुमच्या रूपाकडे सुज्ञपणा आणि विद्वत्ता यांची संचित संपदा असेल. (आधी याचाच संदर्भ 'भविष्यातील तुम्ही' असा देण्यात आला आहे.) या वाढत्या वयाच्या 'तुम्ही' कडून कोणत्या अंतर्दृष्टी आणि सल्ला

तुमच्या वर्तमानकालीन 'तुम्ही' ला दिला जाण्याची शक्यता आहे? भविष्याकडून कोणते महत्त्वाचे संदेश मिळतील असं तुम्हाला वाटतं?

तुम्हाला स्फूर्ती देण्यासाठी आणि मार्गदर्शन करण्यासाठी इथे एक नमुना पत्र दिलं आहे. त्यावरून तुम्ही तुमचं स्वतःचं पत्र तयार करू शकता. तुमच्या गरजेनुसार अगदी मोकळेपणाने या पत्रातील शब्द आणि वाक्यरचनाही तुम्ही बदलू शकता.

प्रिय (तुमचे नाव),

स.न.वि.वि.

मी तुला हे पत्र लिहितोय, त्यावेळी माझं वय ९० वर्षं आहे. मी आता फक्त जीवनाकडे मागे वळून पाहत आहे. या सिंहावलोकनात माझा संपूर्ण प्रवास मला दिसत आहे. माझं बालपण, किशोरवयीन जीवन, तारुण्याचा कालावधी आणि नंतर माझी संपूर्ण व्यावसायिक कारकीर्द व माझं निवृत्तीनंतरचं जीवन असा सगळा जीवनपट माझ्या नजरेसमोरून सरकत आहे. मी या काळात शिकलेल्या काही गोष्टी मी तुला सांगू इच्छितो. त्या अशा आहेतः

पहिली गोष्ट म्हणजे ....हे अत्यावश्यक आहे.

दुसरी गोष्ट म्हणजे ....

मला असं आढळलं आहे की, ...

म्हणून, ...

तुझी उद्दिष्टं गाठण्यासाठी उत्साहाने काम करत राहा आणि आयुष्य जसं समोर येईल, तसा त्याचा स्वीकार कर. आपल्या भोवती जीवनाचे विलक्षण क्षण उलगडत असल्याचं पाहत मजेत राहा. नेहमी खूश राहा.

आपल्याला जगायला मिळालेला प्रत्येक दिवस ही आपल्यावर करण्यात आलेली कृपा असते. म्हणून नृत्य कर, आयुष्याचा उपभोग घे. आरोग्याची आणि कुटुंबीयांची काळजी घे. तुझ्याकडे जे असेल त्याविषयी कृतज्ञता बाळग आणि तुला जे यश मिळालं असेल, तू जे काही मिळवलं असशील त्याचा आनंद साजरा कर.

खूप, खूप प्रेम.

नेहमीच तुझा,

(तुमचे नाव)

एकदा हे पत्र लिहून झालं की, ते तुम्हाला सहजपणे उपलब्ध होईल अशा ठिकाणी ठेवून द्या. तुमच्या पलंगाशेजारच्या टेबलावर किंवा तुमच्या डेस्कटॉपच्या फोल्डरमध्ये ते ठेवा. ज्या ज्यावेळी तुम्हाला अडखळल्यासारखं वाटेल आणि पुढे जाण्याचा उचित मार्ग कोणता आहे हे समजेनासं होईल त्यावेळी फक्त हे पत्र वाचा आणि 'भविष्यातील तुम्ही' 'वर्तमानातील तुम्ही' ला काय सांगत आहात ते तपासा.

तुम्हाला असं वाटेल की, आपल्या प्रौढ व्यक्तींकडून आपण अशाच प्रकारचं मार्गदर्शन मागतो. मग ते तुमचे आई-वडील असतील किंवा आजी-आजोबा असतील. पण घरातील प्रौढांकडून सल्ला मागण्यात फक्त एकच समस्या असते. ती म्हणजे त्यांच्या जीवनप्रवासाच्या आणि अनुभवांच्या आधारावर ते तुम्हाला मार्गदर्शन करतात. त्यांनी तोंड दिलेली आव्हाने आणि जगाविषयीचे त्यांचे दृष्टिकोन यांच्या साहाय्याने ते तुम्हाला काही गोष्टी सांगतात. म्हणून हे पत्र अधिक उपयुक्त ठरतं.

भविष्यकाळ : कोचिंगमध्ये 'कृत्रिम बुद्धिमत्ते'चा ('एआय'चा) वापर

नवीन पिढीला 'एआय'मुळे झालेल्या बदलांचा पदोपदी अनुभव येत आहे. त्याचाच एक भाग म्हणून इथे असा प्रश्न निर्माण होतो की, 'कृत्रिम बुद्धिमत्ता मानवी कोचची जागा घेऊ शकेल का?'

'एआय' हे नक्कीच मानवी बुद्धिमत्तेत भर घालणारं विलक्षण साधन आहे, यात शंका नाही. मात्र तरीही तुमच्या कोचकडे फक्त बुद्धिमत्ताच असून चालणार नाही. समरसता हा कोचिंगच्या संदर्भातील अत्यंत महत्त्वाचा गुणधर्म असतो. कोचला फक्त समोरची व्यक्ती काय बोलली इतकंच समजून चालत नाही. ती व्यक्ती जे बोलली नाही ते काय होतं हेही त्याला उमजलं पाहिजे. अभिव्यक्ती, भावना आणि देहबोली या गोष्टींचा अर्थ त्याला उमजला पाहिजे.

मी आधीच्या प्रकरणात उल्लेख केला आहे त्याप्रमाणे, फक्त प्रश्न विचारणं इतकंच कोच म्हणून नेत्याचं काम नसतं, तर त्याला उत्तर जाणून घेण्यात मनापासून स्वारस्य आणि जिज्ञासा असावी लागते. एखाद्या व्यक्तीला ऐकून घेण्यात कधी रुची उरलेली नाही किंवा ती कधी आपलं म्हणणं फारशा गांभीर्याने ऐकत नाही हे एक माणूस म्हणून आपण अगदी सहजपणे शोधू शकतो. तरल मानवी

भावना अचूकपणे सांगणं किंवा त्यांचं विश्लेषण करणं या गोष्टी एआयच्या दृष्टीने आव्हानात्मक असण्याची शक्यता आहे.

पूर्णपणे 'एआय'वर अवलंबून राहण्यातील संभाव्य धोका दुर्लक्षित करता येणार नाही. 'एआय'ला सांस्कृतिक संवेदनशीलता किंवा प्रशिक्षणार्थीच्या अ-नैतिक, अनुचित अपेक्षा समजणार नाहीत. अशा वेळी संबंधित व्यक्तीला कोचिंग देत राहणं चुकीचं असलं तरी एआय ते तसंच पुढे सुरू ठेवेल.

कोच म्हणून काम करणारे नेते माहितीचं विश्लेषण करणं, टीमच्या सदस्यांच्या ताकदी आणि विकासाची क्षेत्रं समजून घेणं यांसारख्या गोष्टींकरिता कोचिंगच्या प्रक्रियेत एआयचा वापर करू शकतील. मात्र तरीही मानवी भावनांची गुंतागुंत, देहबोली समजून घेण्यासाठी त्यांना मानवी संवेदनक्षमतांची आणि भावनिक बुद्धिमत्तेची गरज असेलच. त्यानंतर आपल्या टीमच्या सदस्यांना यशस्वीपणे आधार देण्यासाठीही त्यांना मानवी बुद्धिमत्तेचीच गरज असेल.

या संदर्भात, माहितीचं विश्लेषण करणं, अध्ययनाकरिता माहिती पुरवणं आणि मानवी कोचला पाठबळ देणं यांकरिता एआयचा उपयोग साहाय्यभूत ठरू शकेल. म्हणून कोचिंगच्या प्रक्रियेत मानवी कोचची भूमिका कायम ठेवून, ती पूर्णपणे दूर न करता एआयची मदत मूल्यवान ठरू शकेल.

'एआय' हे अद्याप विकसित होत असलेलं क्षेत्र आहे. भविष्यात आपल्या जीवनांवर ते कसा परिणाम करेल याचा अंदाज बांधणं अवघड आहे. मात्र तरीही कोचिंगच्या प्रक्रियेला आधार देणारं एक उत्तम साधन म्हणून त्याचा नक्कीच वापर करता येईल. इथे तरीही एक गोष्ट लक्षात ठेवावीच लागेल. ती म्हणजे माणसा-माणसातील स्नेहबंधाची जागा इतर कुठलीच गोष्ट घेऊ शकत नाही.

महत्त्वाचे मुद्दे

- ९० वर्षांचे 'भविष्यातील तुम्ही' सध्याच्या, वर्तमानकालीन तुम्हाला पत्र पाठवत आहे, अशी कल्पना करा. या वृद्धापकाळात आपल्याकडे सुज्ञपणा असेल असे तुम्हाला वाटेल. या स्वाध्यायातून तुमच्याकडे त्यावेळी कोणत्या मर्मदृष्टी असतील आणि सल्ला असेल याची कल्पना करून त्या तुम्ही आता स्वतःला द्याल.
- प्रौढ व्यक्तींकडून सल्ला घेणेही उपयुक्त ठरू शकतं. मात्र तो त्यांच्या अद्वितीय अनुभवांवर आधारित असतो. कदाचित तुमच्या उद्दिष्टांशी आणि जीवनप्रवासाशी तो सुसंगत नसण्याची शक्यता असते. अखेरीस तुमचं जीवन, तुमच्या आकांक्षा तुम्हालाच उत्तम प्रकारे समजून घेता येतात. म्हणून तुम्हीच स्वतःला उत्तम प्रकारे मार्गदर्शन करू शकता.
- 'कोचिंग'च्या प्रक्रियेला 'एआय'चा आधार घेणं शक्य आहे, परंतु समरसता ही परिणामकारक कोचिंगची गुरुकिल्ली आहे. कोचला बोललेल्या शब्दांचा अन्वयार्थ लावता आलाच पाहिजे, पण त्याबरोबरच त्याला विविध आविर्भाव, भावना आणि देहबोली यांसारख्या न उच्चारलेल्या संकेतांचा अर्थही लावता आला पाहिजे.

या प्रकरणातून तुम्हाला महत्त्वाच्या वाटणाऱ्या गोष्टी अगदी मोकळेपणाने शोधा आणि त्यांपैकी कोणती गोष्ट तुम्हाला सर्वाधिक मूल्यवान वाटते त्याचा विचार करा.

....

....

....

....

....

....

पुस्तक वाचल्याबद्दल आभार

तुमच्या नेतृत्वाच्या भूमिकेचा एक भाग म्हणून कोचिंगचा वापर करण्याचे कोणते लाभ आहेत, याचा विचार करण्यास तुम्हाला या पुस्तकाचा उपयोग झाला असेल अशी आशा आहे. यातून मिळणारे धडे साधे असले तरी काही वेळा साध्या गोष्टीच कठीण असतात. कोणताही बदल कठीणच असतो, परंतु तुमच्या आणि तुम्ही काम करत असलेल्या लोकांच्या क्षमतांना उत्तेजन देणारे, त्यांच्यात वाढ करणारे बदल करणं अवघड असलं तरी ते करणं तितकंच आवश्यकही असतं.

नेत्याचं कोचमध्ये रूपांतर करणं ही यामागची कल्पना नाही, तर नेतृत्वाला मोठ्या प्रमाणात कोचसारखं वागायला लावणं ही यामागची कल्पना आहे.

हुकमत गाजवणारे, उद्धट आणि उतावळे नेते असण्यापेक्षा नम्र, जिज्ञासू आणि इतरांच्या मतांची किंवा कल्पनांची कदर करणारे नेते असावेत असं कोणालाही नेहमीच वाटतं.

तुम्ही स्वतः संशोधन करावं यासाठी मी तुम्हाला प्रोत्साहन देत आहे,

कारण अध्ययन हा जीवनभर अव्याहतपणे करत राहण्याचा प्रवास आहे. ते मुक्कामाचं ठिकाण नाही. तुम्हाला आपल्या नेतृत्वशैलीत कोचिंगच्या शैलीचा तत्काळ समावेश करायचा आहे की नाही हे तुम्ही ठरवा. तुमचा निर्णय काहीही असला तरी नेतृत्वाच्या कौशल्यसंचात कोचिंगचा समावेश केला तर ते नेहमीच साहाय्यभूत ठरेल. त्यानंतर ज्यावेळी तुमच्या टीमला तुमच्या आधाराची, पाठबळाची गरज आहे असं तुम्हाला वाटेल, त्यावेळी तुम्ही कोचिंग देण्याकडे वळू शकाल. तुमच्या कौशल्यसंचात कोचिंगचा समावेश असला की, ते कौशल्य नेहमीच तुमच्यासाठी उपलब्ध असेल.

हे पुस्तक वाचल्याबद्दल मी तुमचा आभारी आहे. या पुस्तकातून मिळणारं माझं सगळं मानधन मी उपेक्षित, दुर्बल वर्गातील मुलांच्या शिक्षणाकरिता मदत म्हणून 'स्फेरुल फाउंडेशन'ला देण्याचा निर्णय घेतला आहे. याकरिता तुम्ही पाठबळ दिलं, त्याचं मला कौतुक वाटतं.

सस्नेह,

- जी. एस. ग्रेवाल

ग्रंथसूची आणि सुचवलेली पुस्तके

- जिम कॉलिन्स : *गुड टू ग्रेट*
- डॉ. डॅनियल काहनेमन : *थिंकिंग फास्ट अँड स्लो*
- सर जॉन व्हिटमोर : *कोचिंग फॉर परफॉर्मन्स*
- मायकेल बन्गे स्टॅनिअर : द *अॅडव्हाइस ट्रॅप : बी हम्बल, स्टे क्युरियस अँड चेंज द वे यू लीड फॉरेव्हर*
- डॉ. कॅरोल ड्वेक : *माइंडसेट : द न्यू सायकॉलॉजी ऑफ सक्सेस*
- जॉन मेडिना : *ब्रेन रूल्स : ट्वेल्व प्रिन्सिपल्स फॉर सरव्हिंग अँड थ्रायव्हिंग अॅट वर्क, होम अँड स्कूल*
- हर्मिनिया आयबारा अँड अॅना स्कॉलर : *करिअर कोचिंग : द लीडर अॅज कोच* : हार्वर्ड बिझनेस रिव्ह्यू आर्टिकल, फ्रॉम द मॅगझिन (नोव्हेंबर-डिसेंबर २०१९)
- मॅककिन्से अँड कंपनी : *फॉर स्मार्टर डिसिजन्स, एम्पॉवर युवर एम्प्लॉइज,* आर्टिकल, ९ सप्टेंबर २०२०

अभिप्राय

'नेतृत्व आणि कोचिंग यांवरची व्यवस्थापनविषयक असंख्य पुस्तकं उपलब्ध आहेत. परंतु 'लीडर ॲज अ कोच' हे पुस्तक त्याच्या उत्साहवर्धक, प्रसन्न लेखनशैलीमुळे त्या सगळ्यांमध्ये उठून दिसतं. त्याचं वाचन म्हणूनच आवश्यक ठरतं. मनाला भिडणाऱ्या, सर्वसमावेशक पद्धतीने ते अगदी मुद्देसूदपणे नेतृत्वाच्या तत्त्वांना स्पर्श करतं.

संस्था जसजशा अधिकाधिक तरुण होत जातात, तसतसं भावी काळातील नेतृत्वाच्या संधी देऊ करून सर्वोच्च प्रतिभाशाली, प्रज्ञावान लोकांना त्यांच्याकडे आकर्षित करणं महत्त्वाचं असतं. अशा वेळी कामाच्या ठिकाणी या लोकांच्या अपेक्षांशी मिळतंजुळतं वातावरण तयार करण्याचीही गरज असते. लीडर होण्याची महत्त्वाकांक्षा बाळगणाऱ्या लोकांना त्यांच्या नेतृत्वाच्या आणि प्रशिक्षणाच्या प्रवासात या पुस्तकातून मार्गदर्शन मिळेल. नेतृत्वाच्या आपल्या प्रदीर्घ अनुभवातून मिळालेल्या अंतर्दृष्टी जी. एस. ग्रेवाल यांनी या पुस्तकात दिल्या आहेत आणि महत्त्वाकांक्षी नेत्यांना अत्यावश्यक असलेलं मार्गदर्शनही केलं आहे. श्री. ग्रेवाल यांनी व्यक्त केलेल्या नेतृत्वातील सूक्ष्म भेदांशी आणि विचारांशी मी वैयक्तिकरित्या सहमत आहे. या पुस्तकातून नेतृत्वावरचा आपला दृष्टिकोन मांडल्याबद्दल श्री. ग्रेवाल यांचं मी अभिनंदन करतो.'

– संतोष अय्यर

'मर्सिडीज-बेंझ इंडिया प्रा. लि.'चे एमडी आणि सीईओ

'प्रत्येकातील उत्तम गोष्ट बाहेर काढणं,' हेच नेतृत्वाचं सार आहे. हीच गोष्ट इथे साध्या आणि सखोल पद्धतीने स्पष्ट करण्यात आली आहे. या पुस्तकात देण्यात आलेल्या नेतृत्वाच्या गुंतागुंतीच्या आणि कुतूहलजनक जगात खोलवर जा. कामाची क्लिष्ट वातावरणं, संस्कृती, स्पर्धात्मक चित्रं आणि या सगळ्यांपेक्षाही

तिथले लोक या सगळ्यांच्या संदर्भात नेतृत्वाच्या व्यापकतेचा धांडोळा घ्या. या आकर्षक लेखनाला एका महान व्यावसायिकाच्या आणि नेत्याच्या जीवनातील अनुभवांच्या सत्यकथनाची जोड लाभली आहे.'

– शिशिर जोशिपुरा,
'प्राज इंडस्ट्रिज'चे एमडी आणि सीईओ

'या पुस्तकातील शब्दा-शब्दांतून एका मुरब्बी नेतृत्वाच्या आणि प्रशिक्षकाच्या सखोल अंतर्दृष्टींचं प्रतिबिंब दिसतं. हे पुस्तक वाचायला सोपं आहे, पण त्याच्या प्रत्येक पानावर मूल्यवान धडे आहेत. प्रभावशाली नेतृत्व होण्याची तळमळ असलेल्या कोणालाही ते उपयुक्त ठरतात. तुमची नेतृत्व करण्याची महत्त्वाकांक्षा असली किंवा तुम्ही आधीच नेतृत्वाच्या स्थानी असलात किंवा परिणाम घडवून आणण्याची इच्छा असलेला एखादा वैयक्तिक योगदान देणारा कर्मचारी असलात तरी हे पुस्तक तुम्हाला मार्गदर्शन करेल. यात जागोजागी अनेक व्यवहार्य उदाहरणं देण्यात आली आहेत. वैयक्तिक वाढीला उत्तेजन देऊन अधिक व्यावसायिक परिणाम मिळवण्यासाठी नेते आपल्या 'टीम'ला कशी स्फूर्ती देऊ शकतात, ते यात दाखवून देण्यात आलं आहे. या सगळ्या प्रक्रियेत नेते स्वतः अधिक चांगली व्यक्ती कसे होतात तेही स्पष्ट करण्यात आलं आहे.'

– अविजीत मुखर्जी
'एपीपी मार्केटप्लेस', 'कुपा सॉफ्टवेअर'चे संचालक

'लीडर ॲज अ कोच हे श्री. ग्रेवाल यांचं पुस्तक आजच्या काळाशी अतिशय सुसंगत आहे. म्हणूनच अशा पुस्तकाची सध्या गरज आहे. काळ बदलत आहे आणि आपणही त्याच्याबरोबर बदलणं अनिवार्य आहे. श्री. ग्रेवाल यांनी उचितपणे असा उल्लेख केला आहे की, आजच्या कर्मचाऱ्यांमध्ये मोठ्या प्रमाणात झेड पिढीचे लोक आहेत. हा गट अधिक माहिती असलेला आणि अधिक विकसित आहे. नवीन पिढीच्या बुद्धिमत्तेचं मूल्य ओळखणारी आणि सर्वोच्च उत्पादनक्षमता प्राप्त करण्यासाठी त्यांच्या ऊर्जांना उचित मार्गाने पुढे नेणारी संस्कृती निर्माण करणं हे आव्हानात्मक काम आहे. नेत्यासारखं वागण्याऐवजी कोचसारखं वागण्याखेरीज हे करण्याचा आणखी चांगला मार्ग कोणता असेल? तुमच्या टीमला फक्त आदेश

आणि सूचना देत बसण्यापेक्षा त्यांना कोचिंग देणं, जबाबदारी घेण्यास उद्युक्त करणं आणि प्रक्रियांमध्ये सहभागी करून घेणं हा उत्तम दृष्टिकोन आहे.

हे पुस्तक आटोपशीर, संक्षिप्त आहे, त्याच्यातील मजकूर सहजपणे समजून घेता येतो आणि वाचनाचा आनंदही मिळतो, या पुस्तकातील या उत्तम गोष्टी आहेत.'

- सोनिया मेन्घानी

सर्टिफाईड हॅपिनेस कोच, एएचए,

(एएचए - एअर होस्टेस अकादमी),

'आयसीएफएआय बिझनेस स्कूल'मधील सॉफ्ट स्किल्स ट्रेनर

'कोचिंगच्या माध्यमातून नेतृत्वाची पुनर्व्याख्या करून हे पुस्तक टीमना स्फूर्ती मिळवून देणाऱ्या आणि त्यांचं मनोधैर्य उंचावणाऱ्या कृती करण्याजोग्या व्यूहरचना देतं.

या पुस्तकाची रचना अतिशय तज्ज्ञतेने करण्यात आली आहे. खऱ्या जगात सिद्धांतांचा कसा उपयोग करून घेता येतो ते त्याच्यातून दिसतं. त्यामुळे टिकाऊ प्रभाव निर्माण करण्याचा हेतू असलेल्या नेत्यांसाठी हे पुस्तक बाजी उलटवण्यास शिकवणारं एक प्रभावी संसाधन आहे. प्रभावी कोचिंग वैयक्तिक आणि संस्थात्मक वाढीला कशी प्रेरणा देतं, नावीन्यतेला (इनोव्हेशनला) कसं उत्तेजन देतं आणि सातत्यपूर्ण सुधारणेच्या संस्कृतीची कशी निर्मिती करतं याचं सखोल आकलन करून घेण्यासाठी प्रत्येकानंच ते वाचलं पाहिजे. आजच्या कामाच्या ठिकाणच्या गतिशील वातावरणाच्या गुंतागुंतींमधून मार्ग काढण्यासाठी आवश्यक असलेली साधने नेत्यांना पुरवणारा एक मार्गदर्शक म्हणून ते काम करतं.'

- डॉ. गीता बोरा

'स्फेरुल फाउंडेशन'च्या संस्थापिका आणि संचालिका

'आजच्या गुंतागुंतीच्या जगात नेतृत्वाच्या विकसित होत असलेल्या भूमिकेला हे पुस्तक प्रभावीपणे मार्गदर्शन करतं. 'वरून-खाली' आदेश देण्याच्या पारंपरिक दृष्टिकोनाला ते आव्हान देतं आणि कोच म्हणून नेत्याने पार पाडायच्या भूमिकेविषयी

एक उत्साहवर्धक दृष्टिकोन सादर करतं. टीमना फक्त उत्तरं द्यायला लावण्याऐवजी त्यांना स्वतःलाच त्यांच्या उपाययोजना शोधून काढण्यास प्रेरणा देण्याचा दृष्टिकोन माझ्या दृष्टीने खरोखरच आगळावेगळा आहे. या दृष्टिकोनातून व्यक्तींचं सक्षमीकरण करण्याच्या, ऐकण्याच्या महत्त्वाला अधोरेखित करण्यात आलं आहे. त्याबरोबरच जबाबदारी घेण्याच्या व दीर्घकालीन वाढीच्या संस्कृतीला प्रोत्साहन देण्याच्या महत्त्वावरही भर देण्यात आला आहे.

'गेन्बा' ची संकल्पनाही महत्त्वपूर्ण आहे. प्रत्यक्ष कार्यस्थळावर काम करणाऱ्या लोकांकडून उत्तम निर्णय घेतले जातात ही गोष्ट विशेषतः प्रभावी आहे. आदेश देणं आणि नियंत्रण ठेवणं याच्या पलीकडे जाऊ पाहणाऱ्या आणि अधिक शक्तिशाली टीमची उभारणी करण्याची इच्छा असलेल्या नेत्यांसाठी हे पुस्तक अमूल्य आहे. समरसता, आदर या मूल्यांसह नेतृत्व करण्याची आणि दुसऱ्या पिढीतील नेत्यांचा विकास करण्याची प्रामाणिक इच्छा असलेल्या प्रत्येकानेच हे पुस्तक वाचलं पाहिजे.'

– रवी गरयाली

'इरिगेशन प्रॉडक्ट्स इंटरनॅशनल लिमिटेड'चे, एमडी

'प्रौढावस्थेत मी ज्या संस्थेत नोकरी केली तिथे आमच्या संस्कृतीतच नेतृत्व, कोचिंग आणि अध्यापन या गोष्टी भिनलेल्या होत्या. जी. एस. ग्रेवाल यांच्या पुस्तकातून उद्योजकीय जगताला लागू होणारी, या महत्त्वाच्या विषयावरची उत्साहवर्धक, प्रभावी अंतर्दृष्टी देण्यात आली आहे. संस्थांमध्ये आदेश देऊन शिस्त आणि आदर या गोष्टींचं पालन करवून घेतलं जाऊ नये, तर त्या आपोआपच अंगी भिनल्या पाहिजेत. हा हेतू साध्य करायचा असेल तर श्री. ग्रेवाल यांचं पुस्तक वाचलं पाहिजे. त्यांनी लिहिलेल्या या पुस्तकात विचारांमधील सुस्पष्टता आहे. त्यांची लेखनशैली साधी आहे. त्यामुळे झेड पिढीतील लक्षावधी लोकांसाठी हे पुस्तक एक अमूल्य साधन आहे. हे कर्मचारी त्यांच्या यशासाठी झटून प्रयत्न करत आहेत. विशेषतः उद्योजकीय शिडीच्या अधिक उच्च पायऱ्यांवर पोहोचलेल्या नेत्यांसाठी हे पुस्तक अगदीच अमूल्य आहे.'

– कर्नल गौरव छिब्बर,

व्याख्याते, लाईफ कोच आणि अध्ययनकर्ते

'ग्रेवालनी मर्मदृष्टी देत कोचिंगच्या जगताचा धांडोळा घेतला आहे. अलीकडच्या काळात कोचिंग हा कार्यशैलीचा नवीन मंत्र झाला आहे. त्यांच्या प्रदीर्घ कारकिर्दीत ते प्रशिक्षणार्थी कर्मचाऱ्यापासून व्यवस्थापकीय संचालक पदापर्यंतच्या पायऱ्या चढून गेले. आपल्या आयुष्यातील विस्मयजनक प्रसंग आणि अनुभव सांगून त्यांनी कोचिंगच्या परिणामावर भर दिला आहे. योग्य संदर्भ आणि अवतरणं, यांच्यासह देण्यात आलेली स्पष्टीकरणात्मक चित्रं या गोष्टी अधिक कुतूहल चाळवणाऱ्या आहेत. यामुळे वाचकांना कृती करण्याजोगे मुद्दे सापडतात आणि सर्व पातळ्यांवर कोचिंगच्या शैलीचा स्वीकार करण्याच्या संदर्भात व्यवहार्य मार्गदर्शन मिळतं. हे पुस्तक बाजी उलटवणारं, निर्णायक प्रभाव टाकणारं आहे, कारण ते सामुदायिक ज्ञान, विद्वत्ता आणि तज्ज्ञता यांचं संकलन करतं. वाचकांना ते एक प्रमाणित स्वरूपाची माहिती देतं.

हे खरोखरच खिळवून ठेवणारं वाचन आहे. ज्या अधिकाऱ्यांना आणि उदयोन्मुख नेत्यांना आपली कोचिंगची कौशल्यं वाढवायची आहेत आणि आजच्या अस्थिर उद्योजकीय जगात उत्कृष्ट कामगिरी करून दाखवायची आहे, त्यांनी हे पुस्तक जरूर वाचावं, अशी मी जोरदार शिफारस करते.'

– डॉ. परवीन प्रसाद
'डेडिकेटेड लिडरशिप' लेखिका, सिम्बायोसिस
इन्स्टिट्यूट्स ऑफ मॅनेजमेंट, एचआर, मानद प्राध्यापिका
आणि 'द माव्हरिक्स मास्टरक्लास'च्या फॅसिलिटेटर

'तुम्ही आज ज्या पदनामांचा उपभोग घेत असता, त्यांचा तुम्ही निवृत्त झाल्यानंतर काडीचाही उपयोग नसतो.' (या पुस्तकातून घेतलेला संदर्भ)

या आशयाची या पुस्तकातील ओळ माझ्या मनाला सर्वात जास्त भिडली. त्यावरून श्री. ग्रेवाल यांचं एक व्यक्ती म्हणून स्वतःविषयीचं एक साधा माणूस असं असलेलं आकलन आणि स्वीकारार्हता दिसून येते. अनेक जण पदांमध्ये, किताबांमध्ये आणि पदनामांमध्ये अडकून पडतात. सर्वोच्च स्थान भूषवलेली एक प्रतिष्ठित व्यक्ती म्हणून श्री. ग्रेवाल हे समाजातील एक वलयांकित व्यक्ति मत्त्व आहे. त्यामुळेच एक विकसित स्वत्व असलेली व्यक्ती म्हणून ते समोर येतात.

हे पुस्तक फक्त विद्यार्थ्यांसाठीच नाही, तर ते नेते होऊ पाहणाऱ्या सर्वांसाठीच

आहे. ते स्वतःचे नेते, इतरांचे नेते आणि संस्थांचे नेते असलेल्या, अशा सगळ्या प्रकारच्या नेत्यांसाठी आहे. अधिक चांगला समाज, नातेसंबंध आणि उत्पादनक्षमता यांची निर्मिती करण्यासाठी स्वतःच्या जीवनाचं आणि इतरांचंही नेतृत्व करा, असं ते सांगतं.

ग्रेवाल यांनी असं चित्र रंगवलं आहे की, नेतृत्व हे समाजाचं आणि व्यवसायाचं ऋण फेडण्याचा मार्ग दाखवून देतं. त्यामुळे शिका, नेतृत्व करा आणि पुढे जाऊन त्यांचं ऋण फेडा.'

- डॉ. गीता मोहन
शिक्षिका, लेखिका, समुपदेशिका आणि एक चांगली मैत्रीण.
मुंबईच्या कॉलेज ऑफ मॅनेजमेंटच्या माजी प्राचार्या,
मिठीबाई कॉलेज आणि युनिव्हर्सिटी ऑफ मुंबई येथे तत्त्वज्ञान
विभागाच्या माजी प्राध्यापिका, व्यवस्थापन संस्थांमधील
मानद प्राध्यापिका, सॉफ्ट स्किल्सच्या मुक्त प्रशिक्षिका,
समुपदेशिका ('एनएलपी' प्रशिक्षित)

ऋणनिर्देश

हे पुस्तक प्रत्यक्षात आणण्यासाठी योगदान दिलेल्या पुढील व्यक्तींविषयी मी कृतज्ञता व्यक्त करतो. नमिता या माझ्या पत्नीचे मी सर्वप्रथम आणि सर्वाधिक आभार मानतो. तिने माझ्यावर निखळ प्रेम केलं. या संपूर्ण लेखन प्रक्रियेत मला प्रोत्साहन दिलं आणि आधार दिला. तिच्या ठाम पाठबळाशिवाय यांपैकी काहीही लिहिणं शक्य झालं नसतं. माझा मुलगा उदय आणि माझी मुलगी वाणी हे माझे प्रेरणास्रोत आहेत. त्यांनी केलेल्या प्रेमामुळे, दिलेल्या प्रोत्साहनामुळे आणि पाठबळामुळे त्यांचे आभार मानणंही गरजेचं आहे.

निखिल नंदा यांचे मी मनापासून आभार मानतो. त्यांनी या पुस्तकासाठी प्रोत्साहन आणि पाठबळ तर दिलंच, पण त्याबरोबरच प्रस्तावनाही लिहून दिली.

डॉ. परवीन प्रसाद यांनी या पुस्तकाचा लेखन प्रवास पार पाडण्यासाठी माझ्या मनात आत्मविश्वास बिंबवला. या संपूर्ण प्रकल्पाकरिता मला त्यांच्या अमूल्य समुपदेशनाचा आणि मार्गदर्शनाचा लाभ झाला.

डॉ. गीता मोहन यांचे मी विशेष आभार मानतो. माझं हस्तलिखित वाचून त्याचा आढावा घेण्यासाठी त्यांनी वेळ काढला आणि अतिशय बारकाईने विधायक प्रतिसाद दिला. त्याबद्दल मला त्यांचं खूपच कौतुक वाटतं. तसेच पुस्तकाच्या मराठी अनुवादाची तपासणी करण्यातही त्यांनी मदत केल्याबद्दल मी त्यांचे आभार मानतो.

अविजीत मुखर्जी आणि बालजिंदर पाल सिंग या माझ्या मित्रांविषयी मी अतिशय कृतज्ञ आहे. ज्यावेळी मला सर्वाधिक गरज होती त्यावेळी नेहमीच त्यांनी मला नैतिक पाठबळ आणि प्रोत्साहन दिलं

मला प्रेम, पाठबळ दिल्याबद्दल आणि माझ्या जीवनात आनंद आणल्याबद्दल माझ्या कुटुंबीयांचे आणि सर्व मित्रांचे मी आभार मानतो.

माझं हस्तलिखित प्रकाशनासाठी स्वीकारल्याबद्दल 'सकाळ प्रकाशन विभागाचे प्रमुख आशुतोष रामगीर यांच्या मी कृतज्ञ आहे. हे पुस्तक सर्वांना उपलब्ध व्हावं या माझ्या दृष्टिकोनावर त्यांनी विश्वास ठेवला. या पुस्तकाला आकार दिल्याबद्दल प्रकाशनाच्या नुपूर जैन यांचे आणि संपूर्ण हस्तलिखिताचं संपादन केल्याबद्दल

श्रीमती राजरूपा दास यांचेही मी आभार मानतो. तसेच मीना शेटे-संभू यांनी उत्कृष्ट अनुवादक केल्याबद्दल आणि अंजली इंगवले त्यांनी त्यावर संपादन करून सुरेख पुस्तक तयार केल्याबद्दल मी त्यांचेही मनःपूर्वक आभार मानतो.

उद्योग क्षेत्रातील नेत्यांविषयी मी गाढ कृतज्ञता व्यक्त करतो. संतोष अय्यर, शिशिर जोशिपुरा आणि रवी गरयाली यांचा मी आभारी आहे. प्रख्यात व्यक्ती व मित्र-मैत्रिणी डॉ. परवीन प्रसाद, डॉ. गीता मोहन, अविजीत मुखर्जी, कर्नल गौरव छिब्बर, श्रीमती सोनिया मेन्घानी आणि डॉ. गीता बोरा यांचेही मी आभार मानतो. त्यांनी माझ्या पुस्तकाविषयी लिहिण्यासाठी वेळ काढला.

लक्ष्मीकांत बोईन यांनी या पुस्तकासाठी अतिशय विलक्षण चित्रं काढून दिली. या प्रतिभाशाली कलाकाराचे मी आभार मानतो.

माझ्या सगळ्या विलक्षण टीम सदस्यांविषयी आणि सहकाऱ्यांविषयी मी प्रामाणिकपणे कृतज्ञता व्यक्त करतो. त्यांनी मला नेतृत्वाचे उत्तम धडे आणि अनुभव मिळवून दिले. या पुस्तकात मी तेच दिले आहेत. माझे वरिष्ठ, सहकारी, चॅनेल भागीदार आणि ग्राहक यांचेही खूप, खूप आभार. माझ्या कारकिर्दीच्या संपूर्ण प्रवासात त्यांनी मला पाठबळ दिलं. या सर्वांबरोबरच्या प्रवासात मी जो आश्चर्यकारक अनुभव मिळवला तोच या पुस्तकात प्रतिबिंबित झाला आहे.

आपण ज्याला प्रेमाने आयुष्य असं म्हणतो त्याच्या मर्मदृष्टीदायक प्रवासादरम्यान मी शिकलेल्या धड्यांमध्ये वाचकांनाही मूल्य आढळेल अशी मला आशा आहे.

लेखकाविषयी

जी.एस. ग्रेवाल यांनी एक तरुण प्रशिक्षणार्थी अभियंता म्हणून त्यांच्या कारकिर्दीला सुरुवात केली आणि जपानच्या 'कुबोता कॉर्पोरेशन'ची उपकंपनी असलेल्या 'कुबोता ॲग्रिकल्चरल मशिनरी इंडिया'च्या व्यवस्थापकीय संचालकपदापर्यंत ते पोहोचले. उद्योग क्षेत्रातील आपल्या ३३ वर्षांच्या प्रदीर्घ अनुभवाच्या कालखंडात त्यांनी अनेक भारतीय आणि जपानी नेत्यांबरोबर काम केलं. नेतृत्वाच्या कोचिंगविषयक शैलीचे ते खंदे समर्थक आहेत. 'लीडर'कडे विनम्रता आणि शिकण्याची इच्छा असली पाहिजे यावर त्यांचा विश्वास आहे. भारतीय आणि जपानी संस्कृतींमधील उत्तम गोष्टी एकत्र आणून 'कुबोता इंडिया'मध्ये त्यांनी परस्पर आदराच्या आणि विश्वासाच्या संस्कृतीची उभारणी केली. नेत्यांनी कोच म्हणून काम करावं, या नेतृत्वशैलीचा ते संपूर्ण संस्थेत प्रसार करत आहेत. 'एस्कॉर्ट्स कुबोता लिमिटेड'मधील ट्रॅक्टरच्या व्यवसायाचे 'सीईओ' म्हणून पार पाडत असलेल्या त्यांच्या नवीन भूमिकेतही ते इतरांना स्फूर्ती देत आहेत आणि सक्षम करत आहेत.

सकाळ प्रकाशनाची इतर पुस्तके

मराठी पुस्तके

- संकल्पपूर्ती – छंदातून व्यवसायाकडे
- टर्निंग पॉईंट
- स्वयंविकासाची स्वयं प्रेरणा
- व्यक्तिमत्त्व विकासाचा कोलाज
- रि-स्किलिंग : कामातील प्रगतीसाठी, स्वतःच्या आनंदासाठी
- ॲमेझॉन नीती
- गोष्ट पैशापाण्याची
- यशस्वी व्हावं कसं?

इंग्रजी पुस्तके

- Leader as a Coach
- Achieving Level-Next
- 108 Management Sutras for Inspiration
- The CEO Spellbook : Secrets of Success from Industry Titans
- Values of Money
- Innovate Locally to Win Globally
- Holistic Approach to Employee Engagement

www.ingramcontent.com/pod-product-compliance
Lightning Source LLC
Chambersburg PA
CBHW031325230926
51848CB00001B/94
* 9 7 8 9 3 4 9 4 8 7 7 9 6 *